LOST EVENINGS, LOST LIVES

LOST EVENINGS
LOST LIVES

Tamil Poems of the Sri Lankan Civil War

Edited, translated and introduced by
Lakshmi Holmström
& Sascha Ebeling

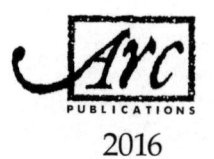

Arc
PUBLICATIONS
2016

Published by Arc Publications
Nanholme Mill, Shaw Wood Road
Todmorden, OL14 6DA, UK
www.arcpublications.co.uk

Copyright in the poems © individual poets as named, 2016
Copyright in the translations © translators as named, 2016
Copyright in the Introduction © Lakshmi Holmström
& Sascha Ebeling, 2016
Copyright in the present edition © Arc Publications Ltd, 2016

Design by Tony Ward
Printed in Great Britain by
TJ International, Padstow, Cornwall

978 1904614 99 9 (pbk)
978 1910345 44 3 (ebook)

The publishers are grateful to the authors
and, in the case of previously published works,
to their publishers for allowing their poems
to be included in this anthology.

Cover design by Tony Ward

This book is in copyright. Subject to statutory exception and to
provisions of relevant collective licensing agreements,
no reproduction of any part of this book may take place without the
written permission of Arc Publications Ltd.

This book has been selected to receive financial assistance
from English PEN's PEN Translates programme, supported
by Arts Council England. PEN exists to promote literature
and our understanding of it, to uphold witers' freedoms
around the world, to campaign against the persecution
and imprisonment of writers for stating their views, and to
promote the friendly co-operation of writers and the free
exchange of ideas.
www.englishpen.org

**Arc Publications Anthology Series
Series Editor: Jean Boase-Beier**

for
Chelva Kanaganayakam
(1952-2014)
Scholar
Translator
and
Beloved Friend

CONTENTS

Introduction / 9

16 / நேற்றைய மாலையும் இன்றைய காலையும்	Last Evening, This Morning / 17
20 / புதிய சப்பாத்தின் கீழ்...	Under New Shoes / 21
22 / உன்னுடையவும் கதி	Your Fate, Too / 23
24 / புத்தரின் படுகொலை	Buddha Murdered / 25
26 / அமைதி குலைந்த நாட்கள்	When Our Peace Is Shattered / 27
28 / நான் எழுதுவது புரிகிறதா உங்களுக்கு?	Do You Understand? / 29
32 / எல்லாவற்றையும் மறந்துவிடலாம்	I Could Forget All This / 33
36 / அவர்களுக்குத் தெரியாது	They Do Not Know / 37
38 / இருப்பும் இறப்பும்	Living and Dying / 39
42 / வீடு திரும்பிய என் மகன்	The Return / 43
44 / யுத்தகால இரவொன்றின் நெருக்குதல்	Oppressed by Nights of War / 45
48 / இருளை நோக்கி...	Towards Darkness... / 49
50 / வானத்தை வெறித்திரு	Look at the Sky / 51
54 / எழுதாத கவிதை	My Unwritten Poem / 55
58 / பதுங்குகுழி நாட்கள் – III	Days in the Bunker – III / 59
60 / அது ஒரு காலம்	There Was a Time / 61
62 / உன்னுடைய மற்றும் என்னுடைய கிராமங்களின் மீதொரு பாடல்	A Poem About Your Village and My Village / 63
66 / பல்லிகள் கத்தும் துயர்	The Lizard's Lament / 67
70 / அயல் உல்லாசப் பிரயாணிகட்கான வரவேற்பு விளம்பரம்	From a Tourist Brochure / 71
72 / காது கொள்ளாக் காட்சிகள்	Unheeded Sights / 73
74 / மன்னம்பேரிகள்	Mannamperis / 75
78 / நிலவின் எதிரொலி	The Moon's Echo / 79
82 / அடைகாப்பு	Safeguarding the Dream / 83
84 / கல்வெட்டு	Epitaph / 85
86 / முல்லைத்தீவு	Mullaitivu / 87
88 / ஒரு கடல் நீரூற்றி	The Sea's Waters / 89
92 / மீள் வருகை	The Homecoming / 93
96 / 2005	2005 / 97
98 / அடையாளம்	Identity / 99

Tamil	English
100 / மேலும் சில இரத்தக்குறிப்புகள்	More Notes on Blood / 101
104 / போய்விடு அம்மா	Goodbye Mother / 105
108 / எதுவும் மிச்சமில்லை	Nothing Left / 109
110 / அந்தச் சாலையில்தான்	Along That Very Road / 111
112 / சொற்கள் சிதைகிற மணல்	Words Shattered by Sand / 113
116 / ஈழம்	Eelam / 117
118 / முன்பொரு காலமிருந்தது	There Was a Time Like That / 119
122 / மீதம் இருக்கும் காலம்...!	The Time Remaining / 123
124 / பிண இலக்கம் 182	Corpse No. 182 / 125
126 / பிண இலக்கம் 183உம், உயிரிலக்கம் 02உம்	Corpse No. 183, Newborn No. 02 / 127
128 / தோல்வி எழுதப்பட்டமை...	The Inscription of Defeat / 129
132 / காடாற்று	Forest Healing / 133
134 / தற்கொலை வீராங்கனை	Suicide Soldier / 135
136 / புலி சேர்ந்து போகிய	Lost Tiger / 137
138 / முடிவுறாத யுத்தம்	Incessant War / 139
140 / மூன்று கனவுகள்	Three Dreams / 141
142 / இல்லாத வீட்டின் சாவிகள்	Keys to an Empty Home / 143
146 / இல்லாது போன நாள்	Empty Day / 147
148 / படத்திலுள்ள சிறுவர்கள், பெண்கள், ஆண்கள்	Photographs of Children, Women, Men / 149
152 / ஒரு தேவதையின் கனவு	A Goddess Dreams / 153

About the Poets / 156
About the Editors / Translators / 166
Acknowledgements / 168

INTRODUCTION

The title of this book of Sri Lankan war poetry in translation from Tamil, is taken from the first poem in this collection, M. A. Nuhman's 'Last evening, this morning.' The poem ends with the line, 'And that is how we lost our evenings, we lost our lives.' This poem, and 'Buddha murdered', also by Nuhman, record two seminal events which had a profound effect on the Tamil people of Sri Lanka: the anti-Tamil riots after the parliamentary elections in 1977, and the burning of the Jaffna Public Library in 1981. As Nuhman sees it, the 'last evening' of the first poem, was not merely an evening gone, but indeed the last one, marking the end of innocence: 'this morning' marks the beginning of a new era, a time of terror.

The poems in this collection are arranged mostly in a chronological order on the basis of when they were published rather than when they were written. Our aim was to chart some of the main events which happened during the course of nearly thirty years of war, and which the poets record as vivid eye-witness accounts: for example, the 1983 pogrom which began in Colombo and spread all over the island, targeting Tamil civilians including tea-plantation workers; the brutal intervention of the Indian Peace Keeping Force (IPKF); the increasing violence by the Tamil Tigers including the ethnic cleansing of the Tamil Muslims; the uneasy cease-fire brokered by the Norwegians in 2002; the final massive attack against the north of the island by the Government in 2008; and the last terrible months of war, ending, officially, on 18 May 2009, when the remaining village held by the Tamil Tigers was captured by the Sri Lankan army. But perhaps even more importantly, the poems in this book reflect the pain and trauma of the day-to-day experience of war as the Tamil people lived through them: the terror, the constant presence of danger, the fear of rape, the sudden disappearances, the death of loved ones, displacement, exile.

It was important for us, as editors, to record this awareness of a particular history by the poets who spoke for the Tamil community as a whole. But it was also important to bring out the multiplicity of voices, and the disparate positions held by the poets. Out of a vast body of work, we present here a few select poems. Nearly three decades of war inevitably separates the older poets, some of whom have lived through the entire period and remember an earlier time of peace and idyllic beauty, and some of the younger ones, who were born in the thick of war and lived through those years as children and young adults. Of the older poets, some died during the war or immediately after; M. A. Nuhman and Urvasi have ceased to write poetry, although Nuhman's critical articles contain some of the most acute and sensitive reflections about the war. A. Jesurasa is the only one of the earlier poets whose poems mark the beginning and end of this collection. His two 1979 poems, much like Nuhman's 'Last evening, this morning', also anticipate a new era of terror and violence. Yet the new era recalls and replicates, with the same symbols, a violent colonial past. By contrast, Jesurasa's 2010 poem, which comes at the end of our collection, is resigned, full of the wisdom of experience, and expresses some hope, for a new generation: 'There still remains / your time.'

Sri Lankan Tamil poetry changed for ever because of the ethnic war of almost three decades. What is more, the impact of this new poetry changed our perception of Tamil poetry as a whole. One of the major changes that came about was the appearance of a number of women poets in Sri Lanka from the 1980s, and the different perception of the war they brought with them. The first collection of poetry by Sri Lankan Tamil women, entitled *Sollaatha sethigal* (Untold Tales), appeared in 1986, edited by Sitralega Maunaguru, herself a lecturer at the Jaffna University as well as a poet writing under the name A. Sankari. This anthology consisted of twenty-four poems contributed by ten women, some of them still university students. The poems in *Sollaatha Sethigal* share with other war poems a new vision and urgency, but here the call for political freedom is closely intertwined with the call for social freedoms too. For example, Sivaramani, one of the most promising of the women poets, wrote at that time:

>Friends,
>when we have made one fetter
>to shackle all our fetters
>we shall be truly free.

The main themes in *Sollaatha Sethigal* are indeed the experience of war and in particular, the experiences of women during the war of, for example, the break-up of families, separation and death, loss of home and property, rape and other forms of violence against women. But equally important is the theme of changing gender roles and of women's agency; the voice is often one of consciousness raising. There are also love poems, open in their expression of love and desire.

Twenty-one years after *Sollaatha Sethigal*, in 2007, another, more comprehensive collection of poetry by women was published under the title *Peyal manakkum pozhudu* (The Scent of the First Rain). This was edited by A. Mangai, and contains 'afterwords' by Sitralega Maunaguru, V. Geetha and A. Mangai. Bearing in mind that by 2007, the war had reached its most violent stage – the Sri Lankan army was determined to annihilate the Tigers and the Tigers were at their most desperate – it is salutary to compare the thrust of these two anthologies of poems by women.

The poems in *Peyal manakkum pozhudu* present a terrible picture of the devastation brought about by the war. The landscape itself is changed, the land denuded, the once fertile Vanni planted with land mines. Many of the poems speak of the violence and terror which had become a daily experience, especially the violence towards children and women. Unlike the individual voices in *Sollaatha Sethigal,* all of which were influenced by the liberal ethos of the Jaffna University Women's Study circle, the voices in *Peyal manakkum pozhudu* are disparate, even polarized, in their political commitment.

The poet and scholar, M. A. Nuhman, reflecting on the impact of the war on Sri Lankan Tamil poetry, writes: "Poetry in a time of ethnic conflict plays two different roles. On the one hand it promotes the ideologies of ethnicity, nationalism and violence. On the other hand, it exposes the ugly nature of these ideologies, and calls for the meaningful reconstruction of human values and unity." (*Colombo Telegraph*, 19.8.12). The poems in *Peyal manakkum pozhudu* vividly illustrate Nuhman's point, leaning on the one hand, towards a narrow and fierce nationalism, and on the other, towards a call for universal human rights.

The responses to the many rapes that were perpetrated, both by the Sri Lankan army as well as the IPKF, most clearly demonstrate this polarization. For example, Kala wrote the poem 'Koneswarigal' in 1997, immediately following an incident of particularly violent rape. Koneswari Selvakumar, a 35-year-old mother of three from Batticaloa, was gang-raped by ten Sinhala policemen, who then blew her to bits by inserting a grenade into her vagina.

The poem became very famous and was widely anthologised, but it also provoked a debate in the pages of *Sarinigar*, the newspaper where it first appeared, about how poetry might deal with this most terrible expression of ethnic and gender oppression. Even given the extreme provocation which gives rise to this angry and fiercely sarcastic poem, one cannot help but be deeply disturbed by it, and its call to all Tamil women, old and young, to share in Koneswari's terrible sexual victimization and humiliation.

On the other hand, there are other poems by Tamil women, at this time, about sexual abuse and rape, which deal with the theme in different ways. Some poets have written about the fear of rape as a recurring nightmare. A well-known poem by Aazhiyaal, written in 2000, links the rape and murder of Koneswari in 1997 with the rape and murder of Padmini Mannamperi, a Sinhala woman, by the same Sinhala armed forces, during the left-leaning, mainly Sinhala, JVP [People's Liberation Front, Sri Lanka] uprising in 1971. The poem is entitled 'Mannamperigal', as if in direct answer to Kala's poem, 'Koneswarigal' and suggests that all violence committed against women, Sinhala or Tamil, during times of war or within the home, is to be condemned. Another well-known poem, 'Melum sila irattha kurippugal' (More notes on blood), published by Anar in 2006, considers the experience of violence towards women both as intensely personal, and also as part of the universal and terrible experience of bloodshed during times of war.

Other important voices that came into prominence from the 1980s onwards were those of the Tamil Muslims, formerly known as the Ceylon Moors, a distinct community living largely in the Tamil-speaking North and East. At the initial stages of the Tamil militant movement, i.e. in the 1980s, the North East Muslims were very supportive of its cause. Indeed several young Muslim men joined the ranks of the different militant groups; some even playing leading roles in their struggles. Faheema Jahan's poem, 'The sea's waters' is about one such youth. Unfortunately, the situation changed drastically because of the mishandling of this community by the LTTE [Liberation Tigers of Tamil Eelam]. The Muslims, thereafter, found a rallying point in the newly-formed political party, the Sri Lanka Muslim Congress. Eventually, the Muslims were accused of treason, and the LTTE began a systematic campaign of ethnic cleansing in 1990. Almost the entire Muslim population, more than 70,000, were forcibly evacuated from the North. This was the time when a number of younger Muslim poets came to the fore, most noticeably, Solaikkili, Rashmy and Anar; later still the voice of Sharmila Seyyid joins them. Their poems express, powerfully, the sorrow and suffering of the Muslim people. An abiding theme is that of dislocation, displacement, the departure from the only home they have ever known.

The voices of displacement within the country are matched by the voices of an expanding diaspora and an international one as political refugees fled the island throughout the civil war. Our collection thus includes poems by Sri Lankans who now live all over the world: from Canada and the United States, all European countries, including England, Sri Lanka and India, Australia and New Zealand. An untitled poem written by the poet Cheran, who now lives in Canada, says:

> The sea has drained away
> Tamil has no territory
> kinships have no name.[1]

Detached from any one land, the modern Sri Lankan Tamil identity is very often a composite or hyphenated one. This allows both the possibility of engagement and of objectivity, the creation of a body of poems, remarkable in its width and range, which is the sustained record of a war.

Although the Sri Lankan war ended, officially, in May 2009, the Tamils of the island have not experienced a closure. We still await an impartial enquiry into the war crimes committed by both sides. Too many questions are still unanswered; terrible memories of the war, and the trauma of the last months and days still prevail. But most of the poets have continued to write, reflecting with bitterness and sorrow – and sometimes anger – on the course of the war, and the betrayal, as some have seen it, by their once loved and trusted leaders. We found it important to include some of these poems, as well as those that look forward in hope.

Lakshmi Holmström & Sascha Ebeling

---

[1] Cheran, *In a Time of Burning*, translated by Lakshmi Holmström, p. 127, (Todmorden: Arc Publications, 2013)

LOST EVENINGS, LOST LIVES

எம்.ஏ. நுஃமான்

நேற்றைய மாலையும் இன்றைய காலையும்

1

நேற்று மாலை
நாங்கள் இங்கிருந்தோம்.

சனங்கள் நிறைந்த யாழ்நகர்த் தெருவில்
வாகன நெரிசலில்
சைக்கிளை நாங்கள் தள்ளிச் சென்றோம்.

பூபாலசிங்கம் புத்தகநிலைய
முன்றலில் நின்றோம்.
பத்திரிகைகளைப் புரட்டிப் பார்த்தோம்.

பஸ்நிலையத்தில் மக்கள் நெரிசலைப்
பார்த்தவா றிருந்தோம்.
பலவித முகங்கள்
பலவித நிறங்கள்
வந்தும் சென்றும்
ஏறியும் இறங்கியும்
அகல்வதைக் கண்டோம்.

சந்தைவரையும் நடந்து சென்றோம்.
திருவள்ளுவர் சிலையைக் கடந்து
தபாற்கந்தோர்ச் சந்தியில் ஏறி
பண்ணை வெளியில் காற்று வாங்கினோம்.
'றீகலின்' அருகே
பெட்டிக் கடையில்
தேனீர் அருந்தி – சிகரட் புகைத்தோம்.

ஜாக் லண்டனின்
'வனத்தின் அழைப்பு'
திரைப்படம் பார்த்தோம்.

தலைமுடி கலைந்து பறக்கும் காற்றில்
சைக்கிளில் ஏறி
வீடு திரும்பினோம்.

M. A. Nuhman
LAST EVENING, THIS MORNING

    1

Last evening
we were here – just here

Through the crowded Jaffna streets
teeming with traffic
we wound our way, wheeling our bikes

We stopped for a while
at Poobalasingham Book Depot
riffling through the magazines

We gazed at the crowds
thronging at the bus-stand –
so many faces
so many colours
coming and going
climbing in, getting off,
going about their business

We strolled past the market
past the statue of Tiruvalluvar
went as far as the Post Office Junction
breathed some fresh air at Pannai

Just next to the Regal
at the tea-stall there
we drank tea, smoked cigarettes
We went in and watched a movie –
Jack London's *Call of the Wild*.

Then we rode our bikes home,
the wind ruffling our hair.

2

இன்று காலை
இப்படி விடிந்தது.
நாங்கள் நடந்த நகரத் தெருக்களில்
காக்கி உடையில் துவக்குகள் திரிந்தன.
குண்டுகள் பொழிந்தன.
உடலைத் துளைத்து
உயிரைக் குடித்தன.

பஸ்நிலையம் மரணித் திருந்தது.
மனித வாடையை நகரம் இழந்தது.
கடைகள் எரிந்து புகைந்து கிடந்தன.
குண்டு விழுந்த கட்டடம் போல
பழைய சந்தை இடிந்து கிடந்தது;
வீதிகள் தோறும்
டயர்கள் எரிந்து கரிந்து கிடந்தன.

இவ்வாறாக
இன்றைய வாழ்வை
நாங்கள் இழந்தோம்.
இன்றைய மாலையை
நாங்கள் இழந்தோம்.

[1977 / அலை – 10]

2

This morning dawns:
along the streets we walked
khaki-clad men patrol, guns held aloft
bullets rain
piercing bodies
drinking up lives

The bus stand is dead
the town has lost the smell of human beings
shops, gutted, lie smoking
the old market-place is shattered
on every street there are charred, blackened tyres

And this was how
we lost our evenings
we lost this life.

[1977]

Translated by Lakshmi Holmström

அ. யேசுராசா

புதிய சப்பாத்தின் கீழ்...

சமாந்திரமாய்ச் செல்லும்
கரிய தார் றோட்டில்,
நடந்து செல்கிறேன்.
கண்களில்,
பிரமாண்டமாய் நிலைகொண்டு
கறுத் திருண்ட
டச்சுக் கற் கோட்டை;
மூலையில்,
முன்னோரைப் பய முறுத்திய
தூக்குமரமும் தெளிவாய்.

பரந்த புற்றரை வெளியில்
துவக்குகள் தாங்கிய
காக்கி வீரர்கள்;
அரசு யந்திரத்தின்
காவற் கருவி.
என்றும் தயாராய்
வினைத்திறன் பேண
அவர், அணிநடை பயின்றனர்;
சூழ்ந்த காற்றிலும்,
அச்சம் பரவும்.

முன்னூறு ஆண்டுகள் கழிந்தனவாயினும்
நிறந்தான் மாறியது;
மொழிதான் மாறியது;
நாங்கள் இன்றும்,
அடக்கு முறையின் கீழ்...

திடீரெனத் துவக்குச் சத்தம் கேட்கும்.
சப்பாத்துகள் விரையும் ஓசையும் தொடரும்.
தெருவில் செத்து நீ
வீழ்ந்து கிடப்பாய்...

[1980 / அலை – 13]

A. Jesurasa
UNDER NEW SHOES

I walk along
the darkened tar road
running straight ahead of me.

In front of me
the looming black mass
of the Dutch Fort
stands solid and huge.
At its corner,
clearly visible, the gallows
which threatened our ancestors.

On the wide, grassy lawn, outside,
soldiers in khaki,
bearing arms:
the government's machines,
their instruments of security.
They march in formation
ever ready to spring to their duty.
Fear spreads
even in the surrounding breeze.

Three hundred years have passed,
but the colour alone has changed,
the language alone has altered.
Today, too, we are under
the same rule of oppression.

[1979]

Translated by Lakshmi Holmström

அ. யேசுராசா

உன்னுடையவும் கதி

கடற்கரை இருந்து நீ
வீடு திரும்புவாய்
அல்லது,
தியேட்டரில் நின்றும்
வீடு திரும்பலாம்.

திடீரெனத் துவக்குச் சத்தம் கேட்கும்.
சப்பாத்துகள் விரையும் ஓசையும் தொடரும்.
தெருவில் செத்து நீ
வீழ்ந்து கிடப்பாய்.
உனது கரத்தில் கத்தி முளைக்கும்;
துவக்கும் முளைக்கலாம்!
'பயங்கரவாதி'யாய்ப்
பட்டமும் பெறுவாய்,
யாரும் ஒன்றுங் கேட்க ஏலாது.

மௌனம் உறையும்;
ஆனால்,
மக்களின் மனங்களில்,
கொதிப்பு உயர்ந்து வரும்.

[1980 / அலை – 14]

A. Jesurasa
YOUR FATE, TOO

You might be going home
from the sea-side.
Or it might even be
you are returning home from the cinema.

Suddenly there will be the sound of gun-shots
followed by the rapid thump-thump of boots;
you will fall
and lie dead in the street.
A knife will sprout in your hand,
or it might even be a gun,
you will be dubbed 'a terrorist'.
And nobody will dare say a word.

Silence will freeze.

Yet,
in the hearts of our people
a fury will rage and rise up.

   [1979]

Translated by Lakshmi Holmström

எம்.ஏ. நுஃமான்
புத்தரின் படுகொலை

நேற்று என் கனவில்
புத்தர் பெருமான் சுடப்பட்டிறந்தார்.
சிவில் உடை அணிந்த
அரச காவலர் அவரைக் கொன்றனர்.
யாழ் நூலகத்தின் படிக்கட்டருகே
அவரது சடலம் குருதியில் கிடந்தது.

இரவின் இருளில்
அமைச்சர்கள் வந்தனர்.
“எங்கள் பட்டியலில் இவர்பெயர் இல்லை
பின் ஏன் கொன்றீர்?”
என்று சினந்தனர்.

“இல்லை ஐயா,
தவறுகள் எதுவும் நிகழவே இல்லை
இவரைச் சுடாமல்
ஒரு ஈயினைக் கூடச்
சுடமுடியாது போயிற்று எம்மால்
ஆகையினால்தான்...”
என்றனர் அவர்கள்.

“சரிசரி
உடனே மறையுங்கள் பிணத்தை”
என்று கூறி அமைச்சர்கள் மறைந்தனர்.

சிவில் உடையாளர்
பிணத்தை உள்ளே இழுத்துச் சென்றனர்.
தொண்ணூறாயிரம் புத்தகங்களினால்
புத்தரின் மேனியை மூடி மறைத்தனர்
சிகாலோகவாத சூத்திரத்தினைக்*
கொளுத்தி எரித்தனர்.
புத்தரின் சடலம் அஸ்தியானது
தம்ம பதமும்தான்** சாம்பரானது.

[1981 / அலை – 18]

* சிகாலோகவாத சூத்திரம், தம்மபதம் ஆகியன பௌத்தமத அறநூல்கள்.

M. A. Nuhman
BUDDHA MURDERED

In my dream, last night,
Lord Buddha lay, shot dead.
Government police in civilian clothes
shot and killed him.
He lay upon the steps
of the Jaffna Library,
drenched in his own blood.

In the darkness of the night
the ministers arrived, raging:
'His name wasn't on our list.
so why did you kill him?'

'No, sirs,' they said,
'No mistake was made. Only,
without killing him, it wasn't possible
to shoot even a fly.
So...'

'OK. OK. But
get rid of the corpse at once,'
the ministers said, and vanished.

The plain-clothes men
dragged the corpse inside
and heaped upon it
ninety thousand rare books
and lit the pyre with the *Sikalokavada Sutta*.

So the Lord Buddha's body turned to ashes
and so did the *Dhammapada*.

[1981]

Translated by Lakshmi Holmström

suttas: discourses of the Buddha, built around simple tales and parables. The *Sikalokavada Sutta* is one of the best known of these.

Dhammapada: collected sayings of the Buddha, the best known and most widely read of Buddhist scriptures.

பாலசூரியன்
அமைதி குலைந்த நாட்கள்

தெருவில் புழுதி எழும் –
வேட்டொலிகள் தீர
துப்பாக்கிகள்
இடுப்பில் ஒளியும்
ஜீப் வண்டி சீறும்;
புழுதி எழும் –

துயரத்தை
காற்று விழுங்கும் –
தெருவில்,
குருதி நிறையும்;
தரையில் வற்றி உலர
இலையான் விழும்
சிலவேளை,
வாலாட்டி முகருகிற
தெரு நாய் –

இருப்பினும்,
உலகம்
அமைதி தழுவி நிற்கும்.

ஒரு பொழுதில்
வேட்டொலிகள் தீரும்
அமைதி குலையும்;
இலையானும்
சிலவேளை, தெருநாயும்
படையெடுக்கும்
துயரத்தை நிறைத்த
காற்று அதிரும்.

'இடையே
இப்படித்தான்
என –'

[1981 / புதுசு – 3]

B. Balasooriyan
WHEN OUR PEACE IS SHATTERED

Dust rises in the streets.
Noises of gunshot cease,
guns disappear at waist-belts,
jeeps growl,
as dust rises.

Wind swallows
grief.
The streets
fill with blood,
flies fall
and wither on the earth.
Sometimes
a street dog
lifts its tail and sniffs.

All the same
the world stands still
embracing the peace.
In an instant
gun shots will explode
the quiet will shatter
flies
and street dogs, sometimes,
will take up arms.
The wind, grief-laden,
will shudder,
as if to say,
"That is the way it is
in between times."

[1981]

Translated by Lakshmi Holmström

ஊர்வசி
நான் எழுதுவது புரிகிறதா உங்களுக்கு?
   யாழ்பாணம் 10–11–83

எனக்குத் தெரிந்த
எந்த விலாசத்திற்கும்
இக் கடிதத்தை அனுப்பிப் பிரயோசனமில்லை.
ஆனாலும் இதை எப்படியும்
உங்களிடம் சேர்ப்பித்தே ஆகவேண்டும்.
உங்களிடம் கிடைக்கும் என்ற நம்பிக்கை
என்னுள் உறுதியாக உள்ளது.

இங்கே முற்றத்து மல்லிகை
நிறையவே பூத்துள்ளது.
பகலில் தேன் சிட்டுக்களும்
இரவுகளில் பூமணம் சுமக்கின்ற காற்றும்
எங்கள் அறை வரையிலும் வருகின்றன.
அடிக்கடி எனக்குத் தெரியாத யாரெல்லாமோ
வீட்டுப்பக்கம் வந்து போகிறார்கள்.
ஆயினும் இன்றுவரை
விசாரணை என்று யாரும் வரவில்லை.

சின்ன நாய்க்குட்டி காரணமில்லாமலே
வீட்டைச் சுற்றிச்சுற்றி ஓடுகிறது.
வாலைக் கிளப்பியபடி, எதையோ
பிடித்துவிடப் போவது போல.

விழித்திருக்க நேர்ந்துவிடுகிற இரவுகளில்
உங்களுடைய புத்தகங்களை
தூசி தட்டி வைக்கிறேன்.
அதிகமானவற்றைப் படித்தும் முடித்துவிட்டேன்.
உங்களுடைய அம்மாவின் கடிதங்களை
நான் பிரிக்கவேயில்லை.
அவை சுமந்துள்ள புத்திர சோகத்தை
என்னால் தாள முடியாது.

மேலும், அன்பே
எங்கள் மக்களின் மீட்சிக்காகவே
நீங்கள் பிரிந்திருக்க நேர்ந்துள்ளது
என்பதே எனக்கு ஆறுதல் தருவது.

Urvasi
DO YOU UNDERSTAND?
Jaffna 10-11-83

It is of no use
to send this letter
to any address that I know.
Nevertheless, somehow or other
it must reach you.
That you will certainly receive it
is my unshakeable belief.

Here, in the front courtyard
the jasmine is in full bloom.
Honey birds by day
and the scent-laden breeze by night
reach as far as our room.
All sorts of people whom I do not know
walk past our house, often.
Yet, till now, no one has come
to interrogate me.

The small puppy runs in circles
around the house
without reason,
its tail raised high
as if it wants to catch someone.
At night, when I cannot sleep,
I dust your books and put them away.
I have read most of them, now.
I have never opened
your mother's letters.
The weight of her grief for her sons
I cannot endure.

And then, my love,
the thought that you have gone away
only for our people's sake
is my only consolation.

இந்தத் தனிமைச் சிறை
தரும் துயர் பெரியது ஆயினும்
உங்களைப் பிரிந்தபின்
எதையும் தாங்கப் பழகியிருக்கிறேன்.

மேலும் இன்னொன்று,
இதுதான் மிகவும் முக்கியமாக
நான் எழுத நினைத்தது
நான் ஒன்றும் மிகவும் மென்மையானவளல்ல
முன்புபோல் அவ்வளவு விஷயம் புரியாதவளுமல்ல
நடப்பு விஷயங்களும் எதுவும்
நல்ல அறிகுறிகளாக இல்லை.
நீண்ட காலம் நாங்கள்
பிரிந்திருக்க வேண்டும் என்பது என்னவோ
நிச்சயமானதே.
பின்னரும்
ஏன் இன்னமும் நான் வீட்டுக்குள்
இங்கே இருக்க வேண்டும்?
என்ன,
நான் எழுதுவது புரிகிறதா உங்களுக்கு?

[1985 / சக்தி – 1]

Although this imprisoning sorrow is huge,
yet, since our separation,
I have learnt to bear everything.

One thing more:
it is this, most of all
I wanted to say.
I am not particularly a soft-natured woman
nor am I as naive as I once was.
Our current state of affairs
gives me no signs of hope.
It is certain
that for a long time
we must be apart.
Then,
why should I stay within this house
any longer?
Well,
do you understand what I write to you?

[1985]

Translated by Lakshmi Holmström

சேரன்
எல்லாவற்றையும் மறந்துவிடலாம்

எல்லாவற்றையும் மறந்துவிடலாம்
இந்தப் பாழும் உயிரை
அநாதரவாக இழப்பதை வெறுத்து
ஒருகணப் பொறியில் தெறித்த
நம்பிக்கையோடு
காலி வீதியில்
திசைகளும், திசைகளோடு இதயமும்
குலுங்க விரைந்தபோது,

கவிழ்க்கப்பட்டு எரிந்த காரில்
வெளியே தெரிந்த தொடை எலும்பை,
ஆகாயத்திற்கும் பூமிக்குமிடையில்
எங்கோ ஒரு புள்ளியில் நிலைத்து
இறுகிப்போன ஒரு விழியை,
விழியே இல்லாமல், விழியின் குழிக்குள்
உறைந்திருந்த குருதியை,
'டிக்மண்ட்ஸ்' ரோட்டில்
தலைக் கறுப்புகளுக்குப் பதில்
இரத்தச் சிவப்பில் பிளந்து கிடந்த
ஆறு மனிதர்களை,
தீயில் கருகத் தவறிய
ஒரு சேலைத் துண்டை,
துணையிழந்து,
மணிக்கூடும் இல்லாமல்
தனித்துப்போய்க் கிடந்த
ஒரு இடது கையை,
எரிந்துகொண்டிருக்கும் வீட்டிலிருந்து
தொட்டில் ஒன்றைச்
சுமக்க முடியாமல் சுமந்துபோன
ஒரு சிங்களக் கர்ப்பிணிப் பெண்ணை

எல்லாவற்றையும்,
எல்லாவற்றையுமே மறந்துவிடலாம்

Cheran
I COULD FORGET ALL THIS

I could forget all this
Forget the flight
headlong through Galle Road
clutching an instant's spark of hope
refusing to abandon this wretched
vulnerable life
though the very earth shuddered
– and so too, my heart –

Forget the sight
of a thigh-bone protruding
from an upturned, burnt-out car

a single eye fixed in its staring
somewhere between earth and sky

empty of its eye
a socket, caked in blood

on Dickman's Road, six men dead
heads split open
black hair turned red

a fragment of a sari
that escaped burning

bereft of its partner
a lone left hand
the wrist-watch wrenched off

a Sinhala woman, pregnant,
bearing, unbearably,
a cradle from a burning house

I could forget all this
forget it all, forget everything

ஆனால்,
உன் குழந்தைகளை ஒளித்துவைத்த
தேயிலைச் செடிகளின் மேல்
முகில்களும் இறங்கி மறைத்த
அந்தப் பின்மாலையில்
நீண்ட நாட்களுக்குப் பிறகு கிடைத்த
கொஞ்ச அரிசியைப் பானையிலிட்டுச்
சோறு பொங்கும் என்று
ஒளிந்தபடி காத்திருந்தபோது
பிடுங்கி எறிபட்ட என் பெண்ணே,
உடைந்த பானையையும்
நிலத்தில் சிதறி
உலர்ந்த சோற்றையும்
நான் எப்படி மறக்க?

[1984 / யமன்]

But you, my girl,
snatched up and flung away
one late afternoon
as you waited in secret
while the handful of rice
– found after so many days –
cooked in its pot,
your children hidden beneath the tea bushes
low-lying clouds shielding them above –
How shall I forget the broken shards
and the scattered rice
lying parched upon the earth?

   [1984]

Translated by Lakshmi Holmström

துஷ்யந்தன்
அவர்களுக்குத் தெரியாது

நேற்று ஒருவன் இறந்தான்;
அது
நானல்ல, நீயல்ல.
இன்று ஒருவன் இறந்தான்;
அது நானோ நீயோ அல்ல.
நாளை ஒருவன் இறந்தால், அது
நான் அல்லது நீ.
நிச்சயமாக
எம்மில் ஒருவர்தான் தோழா!

அதிகாலை;
கவச வண்டிகளின்
நடமாட்டம் அதிகரிக்க
கிராமத்துத் தெரு
இழுத்து மூடப்படும்.

அப்போது
நான் அல்லது நீ
நிச்சயமாகக் கைதுசெய்யப்படலாம்
அல்லது,
சுட்டுக் கொல்லப்படலாம்.
நானும் நீயும் மனிதர்களென்று
அவர்களுக்குத் தெரியாது.

அவர்களுக்குத் தெரிந்த தெல்லாம்
நானும் நீயும்
மனிதர்கள் அல்ல
என்பதுதான்.

[1985 / மரணத்துள் வாழ்வோம்]

Dushyanthan
THEY DO NOT KNOW

Yesterday someone died.
It wasn't me, nor was it you.
Today someone died.
Not you, not I.
If someone dies tomorrow,
that may be you or I.
Definitely
one of us, my friend!

At dawn,
there will be more and more
military trucks,
and the roads in our village
will be blocked off with barbed wire.

Then,
you or I
will be abducted
or
shot dead. Definitely.
They do not know
that you and I are human.

All they know is
that you and I
are not human.

[1985]

Translated by Sascha Ebeling

சங்கரி
இருப்பும் இறப்பும்

உன்னை முன்னர்
ஒருபோதும் அறியேன்
மூவாயிரம் மாணவருள் ஒருவனாய்
நீ மிக மிகச் சாதாரணமாய்
இருந்திருப்பாய்.

நாடகம் என்றோ
ஸ்ரைக் என்றோ
மாணவர் அவை வேலைகள் என்றோ
எதிலுமே அக்கறை அற்றவனாக
வந்து போயிருக்கலாம்.

ஏதோ ஒருநாளில்
உன்னை நான்
எதிர்ப்பட்டிருத்தலும் கூடும்
வளர்ந்து பரந்த
வாகையின் நிழலில்
நூலக வாயிற்படிகளில்

அன்றேல்
பல்கலைக்கழக முகப்பு வாயிலில்
பின்புறமாகப் பலாலி வீதியில்
எங்கேனும்
கண்டும் இருக்கலாம்.

எனினும்
அப்போது உன்னை அறியேன்
இன்று
உனது அவலச்சாவை
உணர்த்திய நோட்டீஸ்
நூலகச் சுவரிலும்
விஞ்ஞான பீட வாயில் முன்னும்
கண்டு கனத்தது நெஞ்சு.

இளைஞனே
இன்று முழுவதும்
உனது முகமும்

A. Sankari
LIVING AND DYING

I never knew you
before this.
You might have been
anyone at all; one
among three thousand students.

You might have come and gone,
not seen in any play,
nor in student association activities,
never part of a strike,
not interested in any of this.

We might even have met,
you and I, some day –
perhaps under the shade
of the wide-spreading vaagai tree
or on the steps of the library.

Or again, perhaps,
I might have seen you
in the university foyer
or behind these buildings
somewhere in Palaly Road.

But I didn't know you then.
Today when I saw
the notice of your terrible death
on the library walls
and the science faculty entrance
I was struck to the heart.

Young man,
all day today
your features

இன்றுதான் அறிந்த
உனது பெயரும்
மனதை அரித்தன
மெதுவாய்.

உனது பெயரினை
உனது ஊரினை
உனது இருப்பினை
அறிவித்தது அந்த
மரண நோட்டீஸ்.
வாழ்ந்ததை உணர்த்திய
மரணம்!
நான்
துயர் மிகக் கொண்டேன்.

[1986 / சொல்லாத சேதிகள்]

and your just-learnt name
have slowly eaten into me.

That notice of your death
also told me your name
and your town,
told me of your life.
How we must grieve for a life
known only through death!

[1986]

Translated by Lakshmi Holmström

ஔவை
வீடு திரும்பிய என் மகன்

இதயத்தை இரும்பாக்கி
மூளையைத் துவக்காக்கி
நண்பனை பகைவனாக்கி
என்னிடம் திரும்பினான்
இராணுவ வீரனாய் என் முன் நின்றான்
என் மகன்
ஊட்டி வளர்த்த அன்பும் நேசமும்
ஆழப் புதைய
ஆடித்தான் போனேன்.

நண்பனைச் சுட்டுவிட்டு வந்து
வீரம் பேசினான்
தியாகம் பற்றி
ஆயுதம் பற்றி
எல்லைப் புற மக்களைக் கொல்வதைப் பற்றி
நிறையவே பேசினான்.

இப்போது நான் மௌனமாக இருந்தேன்
மனிதர்கள் பற்றி
விடுதலை பற்றி
மறந்தே போனான்.

இப்போது நான்
தாயாக இருத்தல் முடியாது
என்று தோன்றுகிறது.

துரோகி என்று
என்னையே புதைப்பானோ
ஒரு நாள்?

[1988]

Avvai
THE RETURN

He returned to me
heart turned iron
brain become gun
friend turned foe:
and I was thrown off-guard
all my love and affection
disappearing.

He had shot his friend:
he spoke of bravery
and sacrifice
and weapons,
of killing people across the boundary.

I was silent,
forgetting entirely
about humankind
and liberty.

But now I know
I cannot any longer
be a mother.

Won't he, one day,
believe me to be his enemy
and bury me, too?

[1988]

Translated by Lakshmi Holmström

சிவரமணி
யுத்தகால இரவொன்றின் நெருக்குதல்

யுத்தகால
இரவொன்றின் நெருக்குதல்
எங்கள் குழந்தைகளை
வளர்ந்தவர்களாக்கிவிடும்.

ஒரு சிறிய குருவியினுடையதைப் போன்ற
அவர்களின் அழகிய காலையின்
பாதைகளின் குறுக்காய்
வீசப்படும் ஒவ்வொரு குருதிதோய்ந்த
முகமற்ற மனித உடலும்
உயிர்நிறைந்த
அவர்களின் சிரிப்பின் மீதாய்
உடைந்து விழும் மதிற்சுவர்களும்
காரணமாய்,
எங்களுடைய சிறுவர்கள்
சிறுவர்களாயில்லாது போயினர்.

நட்சத்திரம் நிறைந்த இரவில்
அதன் அமைதியை உடைத்து வெடித்த
ஒரு தனித்த துப்பாக்கிச் சன்னத்தின் ஓசை
எல்லாக் குழந்தைக் கதைகளினதும் அர்த்தத்தை
இல்லா தொழித்தது.

எஞ்சிய சிறிய பகலிலோ
ஊமங் கொட்டையில் தேர் செய்வதையும்
கிளித்தட்டு மறிப்பதையும்
அவர்கள் மறந்து போனார்கள்.

அதன் பின்னர்
படலையை நேரத்துடன் சாத்திக் கொள்ளவும்
நாயின் வித்தியாசமான குரைப்பை இனம் காணவும்
கேள்வி கேட்காதிருக்கவும்
கேட்ட கேள்விக்கு விடை இல்லாதபோது
மௌனமாயிருக்கவும்,
மந்தைகள்போல எல்லாவற்றையும்
பழகிக் கொண்டனர்.

S. Sivaramani
OPPRESSED BY NIGHTS OF WAR

Oppressed
by nights of war
our children
become adults.

Across the pathways
of their bright
fledgling-mornings
faceless and bloodied
corpses are flung;
their quick laughter
is shattered
by crumbling walls.
And our little ones
are children no longer.

Even the faint sound of a lone gun
shatters the silence
of a starry night
destroying forever
what children's stories tell.

In these foreshortened days
they have long forgotten
how to play hop-scotch
and to make temple-carts from palm-fruit shells.

Now they only learn
to shut the gate in good time
to listen when dogs bark strangely
never to ask questions
to be silent
when they get no reply.
These they have learnt like dumb animals.

தும்பியின் இறக்கையைப் பிய்த்து எறிவதும்
தடியையும் பொல்லையும் துப்பாக்கியாக்கி
எதிரியாய் நினைத்து நண்பனைக் கொல்வதும்
எமது சிறுவரின் விளையாட்டானது.

யுத்தகால இரவுகளின் நெருக்குதலில்
எங்கள் குழந்தைகள்
"வளர்ந்தவர்" ஆயினர்.

[1989]

They pluck away
the wings of dragonflies
they shoulder sticks for guns
their friends become their foes.

Oppressed by nights of war
our children
have grown up.

   [1989]

Translated by Lakshmi Holmström

தேவஅபிரா
இருளை நோக்கி...

எனது கிராமம்
இரவை நோக்கி நகர்கிறது
எதிர்காலக் கனவுகளை
ஊதிப் பெண்கள் சமையல் செய்கிறார்கள்
புகை கவிகிறது...
இரவும் நகர்கிறது...
விடிவின் சுவடுகளை அறியாத
கிராமத் தெருக்களில்
இரவுகளில் நாய்கள் குரைப்பதேன்?

[தை 1989]

Theva Abira
TOWARDS DARKNESS...

my village
is moving towards night
pregnant with dreams of the future
the women are cooking
smoke covers everything...
the night, too, moves forward...
in the streets of my village
which know not a trace of dawn
why do the dogs bark at night?

[1989]

Translated by Sascha Ebeling

கி.பி. அரவிந்தன்
வானத்தை வெறித்திரு

பொழுது பட்டபின்னாயினும்
வீடு திரும்பலாம்.
இருள் வீட்டினுள்ளாயினும்
விளக்கேற்றலாம்.
கஞ்சி கால்வயிறாயினும்
மூலைக்குள் முடங்கலாம்.
குடில் உள்ளதென்றாயினும்
திருப்தியுறலாம்...

இவை தன்னும்
மிஞ்சாமற் போய்விடுமோ?

விளக்கணைத்தல்,
மண்ணுட் புதைதல்,
பாழ் வெளியை வெறித்தல்,
சிலுவைக் குறியினுள்
அடைக்கலமாதல்
நிகழ்வுகளாயிற்று...

நகரம்
இறந்துபடுமோ?

மரங்கொடி பச்சைகள்
பொசுங்கிய நாற்றம்,
ஈனக்குரலில் தவிப்பு,
நாய்களின் சிணுங்கல்.
மூச்சிரைக்க நுரைதள்ள
சுருக்குத் தடத்திற்குத்
தப்பித்தோடுகிறது நாம்பன்...

மழைநீர் வடியும் மதகு,
மொக்குகள் கிளைத்த மரம்,
பள்ளிக்கூடம்
தேவர்களின் ஆலயம்
இங்கெல்லாம்
சிதறிய கனவுகளின் குவியல்.
ஒருமையின் கரைவில்
மனித நிரம்பல்.

K. P. Aravindan
LOOK AT THE SKY

To return at dusk,
to light a lamp
in a dark house,
to have a quick snack
and then crawl up in bed
and to sigh with relief:
that's what it means
to have a home.

Will we now lose this too?

Extinguishing the light,
digging in the ground,
staring into the void,
seeking refuge
in the cross of Christ –
all these have become mere phantoms…

Will our city now die too?

The stench of burnt leaves,
the feeble voices in distress,
the weeping of helpless dogs,
the calf that tries to run from
the noose, panting and
foaming at the mouth…

The dam with hardly
any rainwater left,
the tree with its budding branches,
the school
the church
everywhere
heaps of shattered dreams.
Mankind fulfilled
in the dissolution of unity.

மனம் பலமுறும்.
கைப்பிடிக்குள் உயிர்
நழுவியும் போகலாம்,
அதுவாயினும் மிஞ்சலாம்.
வானத்தை வெறித்திரு

[21-06-1990]

In my mind, though,
I am strong.

Life could be over
any minute now.

But this would
at least remain:

Look at the sky!

   [1990]

Translated by Sascha Ebeling

கப்டன் வானதி
எழுதாத கவிதை

எழுதுங்களேன்
நான் எழுதாது செல்லும்
என் கவிதையை
எழுதுங்களேன்!

ஏராளம்
ஏராளம் எண்ணங்களை
எழுத
எழுந்து
வர முடியவில்லை.
எல்லையில் என் துப்பாக்கி
எழுந்துநிற்பதால்
எழுந்து வர என்னால் முடியவில்லை.
எனவே,
எழுதாத என் கவிதையை
எழுதுங்களேன்!

சீறும்
துப்பாக்கியின் பின்னால்
என் உடல்
சின்னாபின்னப்பட்டுப் போகலாம்.
ஆனால்,
என் உணர்வுகள் சிதையாது
உங்களைச் சிந்திக்க வைக்கும்.

அப்போது,
எழுதாத என் கவிதையை
எழுதுங்களேன்!

மீட்கப்பட்ட எம் மண்ணில்
எங்கள்
கல்லறைகள்
கட்டப்பட்டால்
அவை உங்கள்
கண்ணீர் அஞ்சலிக்காகவோ
அன்றேல் மலர்வளைய
மரியாதைக்காகவோ அல்ல.
எம் மண்ணின்
மறுவாழ்விற்கு

Captain Vanathi
MY UNWRITTEN POEM

Please write it.
Please write
my unwritten
poem
for me.

Most of the time,
most of the time,
I can't
manage to write down
my thoughts.
I am standing guard
with my rifle,
so I cannot write.
Therefore, please write
my unwritten poem
for me.

Behind
the firing rifle
my body
may be shattered.
But
my feelings, unharmed,
will make you think.

Then, please write
my unwritten poem
for me.

When we build
our graveyards
on our rescued soil,
they are not to commemorate
your tears
nor for your honour
garlanded with flowers.
The new life
of our land
must be crowned
by your willpower

உங்கள் மனவுறுதி
மகுடம் சூட்டவேண்டும்
என்பதற்காகவே.

எனவே,
எழுதாத
என் கவிதையை
எழுதுங்களேன்!

அர்த்தமுள்ள
என் மரணத்தின் பின்
அங்கீகரிக்கப்பட்ட
தமிழீழத்தில்
நிச்சயம் நீங்கள்
உலா வருவீர்கள்.

அப்போ
எழுதாத
என் கவிதை
உங்கள் முன்
எழுந்து நிற்கும்!

என்னைத்
தெரிந்தவர்கள்
புரிந்தவர்கள்
அரவணைத்தவர்கள்
அன்பு காட்டியவர்கள்
அத்தனை பேரும்
எழுதாது
எழுந்துநிற்கும்
என்
கவிதைக்குள்
பாருங்கள்.

அங்கே
நான் மட்டுமல்ல
என்னுடன்
அத்தனை
மாவீரர்களும்
சந்தோசமாய்
உங்களைப் பார்த்து
புன்னகை பூப்போம்.

[ஈழநாதம் / 21–07–1991]

ஆனையிறவு இராணுவ முகாம் தாக்குதலில் 15.7.91இல் வீரச்சாவடைந்த கப்டன் வானதி எழுதிய இறுதிக் கவிதை இது.

Therefore, please write
my unwritten poem
for me!

After my
meaningful death,
you will be free to roam
an independent
Tamileelam.

Then
my
unwritten poem
shall stand before you.
Those
who knew me
understood me
embraced me
showed me love
so many
unsung people,
see how they all
stand before you
in my poem.

There
not I alone
but with me
so many
other martyrs
will look at you
with joy,
and a smile
will blossom
on our lips.

[1991]

Translated by Sascha Ebeling

This is the last poem written by Captain Vanathi, who fought with the Tamil Tigers, and died in an encounter between the Tigers and the Sri Lankan army at the Elephant Pass military camp in July 1991.

பா. அகிலன்
பதுங்குகுழி நாட்கள் – III

பெரியவெள்ளி
உன்னைச் சிலுவையிலறைந்த நாள்.
அனற்காற்று
கடலுக்கும், தரைக்குமாய் வீசிக்கொண்டிருந்தது,
ஒன்றோ இரண்டோ கடற்காக்கைகள்
நிர்மல வானிற் பறந்தன.
காற்று பனைமரங்களை உரசியவொலி
விவரிக்க முடியாத பீதியைக் கிளப்பிற்று.
அன்றைக்குத்தான் ஊரிற் கடைசி நாள்.

கரைக்கு வந்தோம்,
அலை மட்டும் திரும்பிப் போயிற்று.
சூரியன் கடலுள் வீழ்ந்தபோது
மண்டியிட்டழுதோம்.

ஒரு கரீய ஊளை எழுந்து
இரவென ஆயிற்று.

தொலைவில்
மயான வெளியில் ஒற்றைப் பிணமென
எரிந்து கொண்டிருந்தது எங்களூர்,

பெரிய வெள்ளி
உன்னைச் சிலுவையில் அறைந்த நாள்.

[மாசி 1992]

P. Ahilan
DAYS IN THE BUNKER – III

Good Friday.
The day they nailed you
to the cross.

A scorching wind
blew across the land and the sea.
One or two seagulls
sailed in an immaculate sky.
The wind
howling in the palm trees
spoke of unfathomable terror.
That was the last day of our village.

We fishermen came ashore,
only the waves
returned to the sea.
When the sun fell into the ocean,
we too fell
on our knees
and wept.

And our lament
turned slowly into night.

In the distance
our village was burning
like a body being cremated.

Good Friday.
The day they nailed you
to the cross.

[1992]

Translated by Sascha Ebeling

சு. வில்வரத்தினம்
அது ஒரு காலம்

அது ஒரு காலம்
ஆமாம்
எங்கள் மண்ணில் நாங்கள் இராசாக்கள்
எங்கள் வழியில் குறிக்கிட எவருமில்லை
வாழ்வில் இனிமை வழியும் கனவை
வறுமை கூடத் தடுக்கவில்லை.

ஆமாம்
அது ஒரு காலம்.

வறண்ட மண்ணில் வாழ்வை விளைத்தோம்
வாய்க்கால் ஓரப் புல்லுக்கும்
வாழும் முறைமை காத்தோம்
வியர்வை சொரிந்த உழைப்பின்
விளைச்சல் முன்றலில் அனைவர்க்கும்
காலம் வண்டி மாட்டின் சதங்கைகளாய்
கலகலவெனக் குலுங்க நடந்த
அது ஒரு காலம்.

ஆமாம்
எங்கள் வயல்கள் எங்களுடையவை
எங்கள் தெருக்கள் எங்களுடையன
இனியது இரவு இனியது நிலவு
இனியன எங்கள் காலை ஒவ்வொன்றும்
வாழ்வொரு காதற் தேன்வதையாக
சுவைத்த
அது ஒரு காலம்

இன்றோ எங்கள் மண்
கைம்மை பூண்ட பெண்ணாக
பட்ட காயங்கள் எழுப்பும் ஓலங்களோடு

ஆமாம்

இது ஒரு காலம்
குருதி சுவறிய தெருக்களின் மீதில்
அடிமைகளாக...

[இசைப்பா 25-03-92]

S. Vilvaratnam
THERE WAS A TIME

Oh yes, there was a time
when we were kings of our own earth
when there was no one to interfere
in our affairs
when even poverty didn't hinder
the pleasant dreams of our lives.

Oh yes, there was a time.

We eked a living out of our dry soil
we protected the right to live
even of the grass edging our canals.
The harvest we gathered in,
the result of our hard labour,
we shared amongst all of us.
Like the cowbells on oxen pulling Time's cart,
our steps jingled in merriment
at that time.

Oh yes, that was the time
when our fields were our own
our streets were our own
the nights were sweet, the moon was sweet,
we enjoyed life as if it were
love's honeyed torment.

Today our earth
is like a widowed woman,
her wounds calling out in lament.

Oh yes, in this, our time,
we are slaves
held within streets steeped in blood.

[1992]

Translated by Lakshmi Holmström

பா.அகிலன்
உன்னுடைய மற்றும் என்னுடைய கிராமங்களின்
மீதொரு பாடல்

I

எனக்குத் தெரியாது.
ஒரு ஆர்ப்பரிக்கும் கடலோரமோ
அல்லது
வனத்தின் புறமொன்றிலோ
உன் கிராமம் இருந்திருக்கும்
பெரிய கூழாமரங்கள் நிற்கின்ற
செம்மண் தெருக்களை,
வசந்தத்தில் வந்தமர்ந்து பாடும்
உன் கிராமத்துக் குருவிகளை
எனக்குத் தெரியாது.
மாரிகளில்
தெருவோரம் கண்மலரும் சின்னஞ்சிறிய பூக்களை
நீள இரவுகளில்
உடுக்கொலித்து நீ பாடிய கதைகளை
நிலவு கண்ணயரும்
உன் வாவிகளை
நானறியேன்.

II

காற்றும் துயரப்படுத்தும்
இவ்விரவில்
நானும், நீயும் ஒன்றறிவோம்;
ஒரு சிறிய
அல்லது பெரிய
சுடுகாட்டு மேடு போலாயின
எமது கிராமங்கள்.
அலைபாடும் எங்கள் கடலெல்லாம்
மனிதக் குருதி படர்ந்து மூடியது
விண்தொடவென மரமெழுந்த வனமெல்லாம்
மனிதக் குரல்கள் சிதறி அலைய,
சதைகள் தொங்கும் நிலையாயிற்று...
முற்றுகையிடப்பட்ட இரவுகளில்

P. Ahilan
A POEM ABOUT YOUR VILLAGE AND MY VILLAGE

I

I do not know.
I do not know if your village
is near the ocean with its wailing waves
or near a forest.
I do not know your roads
made from red earth and
lined with tall jute palms.
I do not know
the birds of your village
that come and sing in springtime.
I do not know
the tiny flowers along the roadsides
that open their eyelids when the rains pour down.
I do not know the stories
you tell during long nights
to the sound of drumbeats
or the ponds in your village
where the moon goes to sleep.

II

Tonight,
when even the wind is full of grief,
you and I know one thing:
Our villages have become
small
or perhaps large
cemeteries.
The sea with its dancing waves
is covered with blood.
All forests with their
trees reaching up to the sky
are filled with scattered flesh
and with the voices of lost souls.
During nights of war

தனித்து விடப்பட்ட நாய்கள்
ஊளையிட
முந்தையர் ஆயிரம் காலடி பாவிய
தெருவெல்லாம் புல்லெழுந்து மூடியது,
நானும் நீயும் இவையறிவோம்.
இறந்து போன பூக்களை,
கைவிடப்பட்டுப்போன பாடலடிகளை...
நினைவு கூரப்படாத கணங்களை
அறிவோம்.

III

ஆனால்,
கருகிப்போன புற்களிற்கு
இன்னும் வேர்கள் இருப்பதை,
கைவிடப்பட்ட பாடல்
சொற்களின் மூலத்துள் அமர்ந்திருப்பதை
நீ அறிவாயா?
குருதி படர்ந்து மூடிய
கடலின் ஆழத்துள்
இன்னும்
எங்களின் தொன்மைச் சுடர்கள் மோனத்திருப்பதை
நீயும் அறியாது விடின்
இன்றறிக,
'ஓராயிரம் ஆண்டுகள் ஓய்ந்து கிடந்த பின்'
ஓர் நாள் சூரியன் எழுந்து
புலர்ந்ததாம்.

[மாசி 1993]

dogs howl, left to themselves,
and all roads and the thousands
of footprints our ancestors left behind
are grown over with grass.
We know all this,
you and I.
We now know about
the flowers that died,
the abandoned lines of poetry,
the moments no one wants to remember.

III

But
do you know
if the burnt grass
still has roots,
or if the abandoned poems
can still be rooted in words?
If, like them, you do not know
whether our ancient flames
are still silently smoldering
deep down in that ocean
covered with blood,
know this today:
They say that
after he had lain in hiding
for a thousand years
one day
the sun rose again.

[1993]

Translated by Sascha Ebeling

சோலைக்கிளி
பல்லிகள் கத்தும் துயர்

ஒருவன் அவனுடைய
அவளை விட்டுப் பிரியலாம்
மண்டை புழுத்து அவளது கூந்தல்
கொட்டி மொட்டையாய் இருப்பதைக் கண்டும்
நெஞ்சை நெஞ்சாய் வைத்துக் கொள்ளலாம்
அவள் தொப்புள் ஊதி
பலூனாய் பருத்து
நின்ற போதும்
தாங்கலாம்.

அவள் மூக்கு நெடுத்து நிலத்தில் விழுந்தால்
அதுவும் அழகென
மனதை ஆற்றலாம்
காது நீண்டு
தோளைத் தடவி
ஒரு கண் மூடி
மறுகண் அவிந்தும்
அழகி நீயே அழகி என்று
தேற்றி மனதை வாழலாம்

நிலவில்
சவம் அடக்குதல்
பெரிய துயரல்ல
மையவாடிகள் பூமியில் குறைந்தால்
வேறென்ன செய்வது என்று சொல்லலாம்

தும்பியை வண்டை
பிடித்து நசுக்கலாம்
உலகில் உள்ள மரங்கள் அனைத்தையும்
எரித்துக் கருக்கலாம்
கைகோர்த்துப் போகும் அழகிய சோடியை
வாகனம் மோதிச் சிதைக்கலாம்
துயரில்லை ஒன்றும்
கட்டிலில் இருந்த ஒருவனின் மனைவியின்
முப்பது பல்லும்
இருபது நகமும்
அவன் கண்ணின் முன்னே உதிரலாம்

Solaikkili
THE LIZARD'S LAMENT

A man might have to part
from his woman.
Though he sees her hair fall,
her scalp grow bald with age,
yet he might hold her to his heart.

If her nose lengthens and drops to the ground
he might still claim she is beautiful
and console himself.

If her ear lobes droop
to touch her shoulders
if one eye closes, the other dims,
he might still insist she alone is his love,
comfort his soul, and so live.

To bury corpses in the night
is no great tragedy:
you might say
what else should we do
if there are too few burial grounds
left on this earth?

Bees and dragonflies might be caught
and squashed to death.
All the trees in this entire world
might be burnt and blackened.

A car might crash into
a handsome couple holding hands
and shatter them to bits.
None of this is a tragedy.

A man's wife, lying on her bed
might drop all her thirty teeth
and twenty nails, before his very eyes;

மார்பு வற்றலாம்
துயரிலும் துயர்
அதுவும் இல்லை
துயர்
வாழ்ந்த அறையை விட்டுப் பிரிவது
பல்லிகள் கத்த
பூச்சிகள் இரைய

[1995 / பாம்பு நரம்பு மனிதன்]

her breasts wither away.
Even that is not the worst tragedy.

But to leave behind the one room
where you have lived all your life
to depart, as the lizards weep
and the insects call out:
that is tragedy.

[1995]

Translated by Lakshmi Holmström

சி. சிவசேகரம்
அயல் உல்லாசப் பிரயாணிகட்கான வரவேற்பு விளம்பரம்

வருக நல் விருந்தினரே வருக.
நும் வரவு நலன் மிகவென
இந்நாடு
தன் விமான நிலையத்தில்
நுமது பாதங்கள் நோவாமற்
கம்பளம் விரிக்கிறது.
கை கூப்பி வரவேற்கிறது.
வெல்கம், ஆயுபோவன், வணக்கம்!
நும் கழுத்தில் மாலைகளைச் சூட்டி
மகிழ்வித்துச் சொகுசான
வாகனத்திலேற்றி
நும்மை இந்நாடு
தன் குளிரூட்டப்பட்ட ஹோட்டல்கட்குக்
கொண்டு செல்கிறது.
நீவிர் மனங்கனிந்து சிந்துகிற சில்லறைகட்காய்ப்
பல்லிளிக்கும் இந்நாடு
நும் பெட்டிகளைச் சுமக்கிறது.
நீச்சற் குளத்தருகே நீளத்துவாலைகளுடன்
நுமக்காகக் காவலிருக்கிறது.
இந்நாடு
தன் கடலோர மணற்பரப்புகளிற்
தன் பிள்ளைகளின் கால் படாது மறித்து
நுமக்காக ஒதுக்குகிறது.
நுமக்கு விஸ்கியும் கோக்கும் அலுத்தால்
மரமேறிச் செவ்விளநீர் பிடுங்குகிறது.
நுமக்குக் களிப்பூட்டத்
தன் மாலைப்பொழுதுகளில்
ஒப்பனை செய்து வேடம் பூண்டு
கூத்துக்கள் ஆடுகிறது.

நும் படுக்கையறைகளில்
அம்மணமாய்க் காத்திருக்கிறது.
அவசியமானால் இந்நாடு
தன் குழந்தைகளையும் தருவதற்குச்
சித்தமாய் இருக்கிறது.
இவ்விடுமுறை கழிந்து நீவிர்
சென்றாலும் விருந்தினரே,
இன்னொருகால் வருக.
நும்மிடம் இந்நாட்டை அடகுவைத்த
எசமானரின் எசமானர்காள்,
இந்நாட்டின் அறிதுயில் கலையும்வரை
வருக.

[சுவடுகள் – இதழ் 68, ஆனி 1995]

S. Sivasegaram
FROM A TOURIST BROCHURE

We welcome you, dear guest!
Our country rolls out a red carpet for you
at the airport, so that you can move comfortably.
We welcome you with folded hands:
Welcome! *Ayubowan! Vanakkam!*
We put a flower garland around your neck, and
we are always at your service. We will take you
in a limousine to your air-conditioned hotel.
We carry your luggage and wait for you at the pool
with fresh towels. We will smile with gratitude
when you tip us. We have reserved our beaches
exclusively for you (our children are not allowed to enter).
And when you grow tired of whisky and Coke,
we will be glad to climb up the palm trees for you
to pluck coconuts. In the evenings, we put on masks
and costumes, and we dance for your entertainment.

We await you, sitting naked in your room, and if you
insist, we will also give you our children.
Dear guest, we sincerely hope that you will spend
your next vacation with us again. After all, it is you
who can command those who mortgage this land
to you, at least until our country
finally awakes.
Welcome!

[1995]

Translated by Sascha Ebeling

ஆழியாள்
காது கொள்ளாக் காட்சிகள்

மழை ஓய்ந்ததும்
ஓட்டுக் கூரைகள்
பளீரெனச் சுத்தமாய்க் கிடந்தன.
வானம் இன்னமும்
நீலம் பாரிக்காத மனமாய்.
தார் ரோடுகள்
வானவில்லை இடைக்கிடை
நினைவூட்ட,
பூமிப் பரப்பு முழுதினின்றும்
புகையெழுந்து
சாம்பிராணியையும் அகிலையும்
நினைவிருத்த,
மண்வாசனை சுகந்த கீதமாய்
நாசி வருடிப் போயிற்று.

என் எதிரே
வந்த இராணுவ வண்டி
விலத்திப் போகையில்,
பஞ்சு மிட்டாயைக் கைமாற்றி
வலது விரற் பிஞ்சுகளால்
கையை எக்கி,
உயர வீசி ஆட்டுகிறாள்
ஓர் சிறுமி.

இனிய வான்கடிதப்
பதிலாக
அதனுள் நின்ற
அவர்களில் பலரும்
அவ்வாறே கைகாட்ட,
வியப்பில் ஒரு நொடி
உறைந்த இரத்தம்
அவசரமாய் ஓடியது
உரத்துக் கேட்டபடி;
"என் நாட்டில் போரா,
யார் சொன்னது?"

[24–11–1996]

Aazhiyaal
UNHEEDED SIGHTS

After the rains
the tiled roofs shone
sparklingly clean.
The sky was not yet minded
to become a deeper blue.
The tar roads reminded me
intermittently of rainbows.
From the entire surface of the earth
a fine smoke arose
like the smoke of frankincense, or akil wood,
the earth's scent stroking the nostrils,
fragrant as a melody.

As the army truck coming towards me
drives away,
a little girl transfers her candy-floss
from one hand to the other
raises her right hand up high
and waves her tiny fingers.

And like the sweet surprise
of an answering air-letter
all the soldiers standing in the truck
wave their hands, exactly like her.

The blood that froze in my veins
for an instant, in amazement,
flows again rapidly, asking aloud,
'War? In this land?
Who told you?'

[1996]

Translated by Lakshmi Holmström

ஆழியாள்
மன்னம்பேரிகள்

காலப் பொழுதுகள் பலவற்றில்
வீதி வேலி ஓரங்களில்
நாற்சந்திச் சந்தைகளில்
பிரயாணங்கள் பலவற்றில் கண்டிருக்கிறேன்.

நாய் கரடி ஓநாய்
கழுகு பூனை எருதாய்ப்
பல வடிவங்கள் அதற்குண்டு.

தந்திக் கம்பத்தருகே
கால் தூக்கியபடிக்கு
என்னை உற்றுக் கிடக்கும்
அம் மிருகம் துயின்று
நாட்கள் பலவாகியிருக்கும்.

அதன் கண்கள்
நான் அறியாததோர்
மிருகத்தின் கண்களைப் பறைசாற்றிற்று
அவற்றின் பாலைத் தாகம்
அறியாப் பாஷையை
எனக்குள் உணர்த்திற்று.

அழகி மன்னம் பேரிக்கும்*
அவள் கோணேஸ்வரிக்கும்**
புரிந்த வன்மொழியாகத்தான்
இது இருக்கும் என
அவதியாய் எட்டிக் கடந்து போனேன்.

* மன்னம்பேரி (22 வயது) 1971 ஜே.வி.பி. கிளர்ச்சியில் பங்குகொண்டவள். பெண்கள் அணிக்குத் தலைமை தாங்கியவள். 1971 ஏப்பிரல் 16இல் மன்னம்பேரி படையினரால் கைதுசெய்யப்பட்டு, பாலியல் வல்லுறவுக்கு உள்ளாக்கப்பட்டுக் கொல்லப்பட்டாள்.

** கோணேஸ்வரி (33 வயது) அம்பாறை சென்ட்ரல் காம்ப் (Central Camp) 1ஆம் கொலனியைச் சேர்ந்தவள். 1997 மே 17 இரவு, அவரது வீட்டுக்குச் சென்ற படையினர், பாலியல் வல்லுறவுக்கு உள்ளாக்கியபின், அவளின் யோனியில் கிரனேட் வைத்து வெடிக்கச் செய்து, சிதறடித்துச் சென்றனர்.

Aazhiyaal

MANNAMPERIS

We have seen it on many mornings
during our frequent travels
at the edges of street fences – or
at the intersection of four roads.

It takes many forms,
shape-shifting into dog, bear or wolf,
eagle, cat or buffalo.

With its lifted leg beside a telegraph post
it stares at me.
It must be many days since that animal slept.

Its eyes speak aloud
of a creature unknown to me.
The avid hunger in those eyes
make me aware of an unknown tongue.

I, a refugee in this country, walk past,
telling myself that this must be
the violent language that beautiful Mannamperi
and our Koneswari heard, recognized.

Padmini Mannamperi, aged 22, was prominent in the left wing student uprising against the Sri Lankan Government in the late 1960s and 70s. On April 1971, she was captured by the Sri Lankan army, raped and killed.

Koneswari Selvakumar, a Tamil woman, aged 33, was gang raped by the Sri Lankan army, in her home, in 1997. A grenade was then thrust into her vagina, and fired.

[See also the Introduction, pp. 9-10.]

அன்றைய அலைச்சலும்
மனக்குமைச்சலும் கூடிய
தூக்கத்தின் இடையில் – நானும்
அவள்களுக்குப் புரிந்த
அதே அதே ஆழத்திணிக்கப்பட்ட
பாஷையைப் புரிந்துகொண்டேன்.

அருகே கணவன்
மூச்சு ஆறிக்கிடக்கிறான்.

[10–07–1997]

In the midst of my sleep that night
after the day's frenzied roaming
and its mental anguish
I too recognized
the same, the very same
deeply embedded language of violence.

Beside me, my husband lay,
his breath cooling.

[1997]

Translated by Lakshmi Holmström

சு. வில்வரத்தினம்
நிலவின் எதிரொலி

பறம்பு மலை
பாரி மறைந்து
பரிதியும் மறைந்த இருளில்
அகதிகளாயினர்
அங்கவையும் சங்கவையும்

'வென்றெறி முரசம்' வீழ்ந்த கையோடு
குன்றிலே
தொய்ந்த முகநிலவின் சோகம் படர்கின்ற
ஒற்றையடிப் பாதையின் ஊடே
பாரிமகளிர் நடந்தனர்
மலையின் இறங்கிப் பெயர்ந்து
தானும் தளர்நடை நடந்தது நிலவும்
தள்ளாத வயதின் கபிலர் துணைபோல

நடந்து
இளைத்து
தேய்ந்து
நரைவிழுந்து போனது
வெண்ணிலவும்தான்
கபிலரும்தான்
பாரிமகளிரும்தான்
பறம்பு மலை வாழ்வும்தான்

வாழ்விளைத்த மகளிரை
ஔவையிடம் பவ்வியமாய்
கையளித்துவிட்டு கபிலர் மறைந்தார்
பயணம் தொடர்ந்தது;
ஔவையோடும்
கூழ்குடித்த சேரியெலாம்
கூடவே நடந்தனர் பாரிமகளிர்
நின்று நிதானித்து நிலவும் நடந்தது

அதியமான் கொடுத்த நெல்லிக்கனி
ஈந்த ஆயுட் காலம்
முடிவிற்கு வந்ததோ

S. Vilvaratnam
THE MOON'S ECHO

When Pari of the Parambu mountain
died – and the sun died too –
in the darkness of the night
Angavai and Sangavai became refugees.

The victory drum lost to them,
the daughters of Pari climbed down
the mountain, along the narrow footpath,
pervaded by the sorrow of the waning moon.
The moon, too, left the mountain
and followed wearily,
companion to the old poet, Kapilar.

The moon walked, waned, grew grey:
so too, Kapilar and the daughters of Pari,
and the life they once lived
on Parambu mountain.

Handing over the impoverished girls,
with all due courtesy, to Avvai,
Kapilar vanished at last.
But the journey continued.
All along the *cheri*s, where Avvai drank her *kuuzh*
the daughters of Pari followed.
And so did the moon, stopping and starting,
in its own measured way.

Perhaps the life promised her
by Adiyamaan's nelli fruit neared its end –
Avvai, at any rate, was in a hurry –

Pari was the patron of the Sangam poet, Kapilar. Kapilar took charge of Pari's daughters after their father's death in a war. There is a famous poem by Pari's daughters which Vilvatranam echoes.

cheri – part of a town or village where the poor and the lower castes live.

ஔவை அவசரப்பட்டுவிட்டாள்
தன்னைப்போலவே
தமிழ் செய்த மகளிரை
பறம்புமலை வாழ்வை அழித்தவர்க்கே
தாரைவார்த்துக் கொடுத்து விட்டாள்
காலந்தாழ்த்திய திறைப்பொருளாகக்
கூழோ கஞ்சியோ வார்த்தவர்
குடியில் கொடுத்திருந்தாலும்
பாரியின் ஆன்மா பரவசப்பட்டிருக்கும்.

அற்றைத் திங்கள் அவ்வெண்ணிலவில்
பறம்பு மலைக்குன்றும்
வென்றெறி முரசும்
அந்தப்புரத்து அடிமைகளாகிய பின்
அங்கவையும் சங்கவையும்
இரங்கி அழுதவையெல்லாம்
இற்றைத்திங்கள் இவ்வெண்ணிலவிலும்
எதிரொலிக்கின்றனவே.

[12-9-1999]

she gave away the girls,
born Tamil like herself,
with all ceremony, as due tribute
to the very same conquerors of the Parambu mountain.
Had she, at least, promised them
to the givers of *kuuzh* and *kanji*,
Adiyamaan's soul might have been appeased.

How they echo still –
that month and that white moonlight,
the silence of the victory drums, and the tears
of Angavai and Sangavai (now become slaves)
as they came down the Parambu mountain!
How they echo still
through this month and this white moonlight.

[1999]

Translated by Lakshmi Holmström

kuuzh – a porridge made of millet

Adiyamaan – Adiyaman Neduman Anci was the patron of Avvai, another well-known Sangam poet. He is said to have given her a magical *nelli* fruit which bestowed a long life upon her.

kanji – rice porridge

சு. வில்வரத்தினம்
அடைகாப்பு

பதுங்கு குழிக்குள் விழித்த
என் கவிதையைப் புதைத்துவிட்டு
வெளியில்வந்தபோது
எனக்காகக் காந்திருந்தது இருள்.

கவிதையைப் புதைத்த இடத்தில்
ஒரு வெள்ளி முளைக்குமெனக் காத்திருக்க
இருளைக் கிழித்தபடி உதிர்ந்தன
எண்ணிறந்த எரிவெள்ளிகள்.

வெள்ளிகள் மரணித்த
கல்லறைகளின் முன்பாக
சிலுவை குத்திவைத்தேன் எனது கவிதைகளை
பின்னர் அதே சிலுவைகளை குறியிட்டவாறே
காடடைந்தபோது
கூடவே வந்தது இருள் கால்கள் பெயர்த்து.

காட்டின் எங்கோவொரு மூலையில்
முதுமரத்தின் நிழல் விரிப்பின்கீழ்
வாடியிட்டுத் தங்குகையில்
தொலைவில் தூக்கிட்டுத் தொங்கியது நிலவு
ஊனம் வடிந்த பிணத்தை அதில்
அடையாளம் கண்டதென
அலறிப் புடைத்த பறவையின்
மிரளும் விழிகள்
மனசின் பக்கவாட்டில் குடியிருக்கத் தொடங்கின;
விழிகளில் மேலும் எரிவெள்ளிகளின்
சாம்பர் படர்ந்தன.

எனினும்,
இந்த முதுமரக்காட்டினிடையும்,
உயிர்த்தெழலுக்கான கனவின்
ஒருதுளியை காவல்காத்து வருகிறேன்
ஒரு தாய்ப்பறவை அடைகாக்கும்
முட்டையைப் போலப் பத்திரமாக
மிகவும் பத்திரமாக.

[2–2–2000]

S. Vilvaratnam
SAFEGUARDING THE DREAM

When I came outside,
having buried the poem
which opened its eyes in a bunker,
darkness awaited me.

While I waited for a star to appear
to mark the place where I buried the poem
innumerable stars fell,
tearing the skies apart.

I placed crosses
in front of the graves
where the stars fell and died;
the same crosses marking my poems.
When I reached the forest
darkness was still following me.

I lived for a while in my hut
somewhere in the corner of the forest,
under the wide-spreading branches
of an ancient tree.
But the moon hung a noose in the distance
and placed a broken body there.
A bird, recognizing the corpse
screamed, panic-stricken.
Its terrified eyes began to nest
in the corner of my mind:
upon those eyes, too, ashes spread
from the falling meteors.

Yet,
even within this forest of ancient trees
I safeguard the single trace of a dream
of a Resurrection,
like a mother bird brooding over one egg,
with care,
great care.

[2000]

Translated by Lakshmi Holmström

சேரன்

கல்வெட்டு

கூடு திரும்பின பறவைகள்

அந்தியின் கடைசி வெளிச்சத் துளி
தெருமுனையில்,
தொலைதூரம் விழிநீளம் காத்திருக்கும்
அம்மாவின் முகத்தில்
இருள் ஏற்றுகிறது

மூடப்பட்ட பாடசாலைக் கதவுகளில்
வெறுமை
வகுப்பறைகளில் நிராசையின்
கோலம்

அவன் வீடு திரும்பவில்லை
நாடு கலங்கிற்று ஒரு நாள்

இரும்பின் தடங்களும், ஈயக்குண்டுகளும்
எரியும் நெருப்பும் சூழ அவன்
எதிரியின் தளத்தை நொருக்கிய போது
காற்றில் கோவில் மணி அலறிற்று
வீட்டில்
கண்ணீர் அலையென ஓடிற்று

அவன் சொன்ன வார்த்தைகளுமில்லை
எங்களுக்குச் சொல்ல வார்த்தைகளும் இல்லை.

[2000 / நீ இப்பொழுது இறங்கும் ஆறு]

Cheran
EPITAPH

The birds have returned to their nests.

In the last flicker of twilight,
at the corner of the street,
darkness gathers on a mother's face,
as she stares
into the far distance.

Emptiness
behind the closed doors of the school.
In the classrooms, the drawings
of despair.

He did not come home
the day the land trembled.

Iron tracks, lead bullets and
burning fires all around him,
he blasted the enemy camp.
In the wind the temple bell screamed.
At home
tears poured forth in waves.

Not even his words remain.
We have no words either.

[2000]

Translated by Sascha Ebeling

திருமாவளவன்
முல்லைத்தீவு

சதைக் குவியலாய்
சிதைந்து கிடக்கிறது
சூரியன்

வான வெளியெங்கும்
சிதறிக் கிடக்கிறது
இரத்தம்

இந்த அதிகாலைப் பொழுதில்
குண்டுப் பொதியுடன்
சூரியன் மீதில்
பாய்ந்த
பாலன் யார்

[2000 / பனிவயல் உழவு]

Thirumavalavan
MULLAITIVU

A pile of flesh,
the sun is lying there,
eviscerated.

And all over the sky
the blood
has spread.

Who is the boy
that pounced on the sun
this morning at daybreak
with piles of explosives?

   [2000]

Translated by Sascha Ebeling

ஃபஹீமாஜஹான்

ஒரு கடல் நீரூற்றி

நட்சத்திரங்கள் பூத்த வானம் விரிந்திருந்தது
எமக்குப் பின்னால்
பாதியாய் ஒளிர்ந்த நிலவு தொடர்ந்து வந்தது
தூரத்து வயல்வெளியை மூடியிருந்தது வெண்பனி
தென்னைகளில் மோதி குடியிருப்புகளை ஊடுருவி
எம் செவி வழி நுழைந்தது
வங்கக்கடலில் எழுகின்ற அலையோசை
சந்தடி ஓய்ந்த தெரு வழியே
நீயும் நானும் விடுதிவரை நடந்தோம்

இப்படியே
எத்தனையோ இரவுகளில்
விவாதிப்போம் நெடுநேரம்
முடிவில் எதிர்காலம் குறித்த அவநம்பிக்கைகளுடன்
பிரிந்துசெல்வோம்

பின்வந்த பதற்றமான பொழுதொன்றில்
உன் விடுதலைவேட்கைக்குத் தடையாயிருந்த
அனைத்தையும் உதறி அடவி புகுந்தாய்

பரணி. . .
உன் நினைவுகள் தேய்ந்துகொண்டிருந்த வேளை
மாரிக்கால அந்திப்பொழுதொன்றில்
நனைந்த சீருடைகளிலிருந்து
நீர் சொட்டச்சொட்ட மீளவும் நீ வந்தாய்

அலையெழும்பும் கடல்பரப்பினில்
உனக்கான பணி முடிக்கவென
விடைபெற்றுப்போனாய்
வாழ்த்துச் சொல்ல வாயெழவுமில்லை
ஆரத்தழுவிட நீ விரும்பவுமில்லை

வெளியே பெய்த மழை
என் கன்னங்களில் வழிந்தோட
மழைப்புகாரினூடே மறைந்துபோனாய்

Faheema Jahan
THE SEA'S WATERS

The sky spread above us, burgeoning with stars
Behind us
a shimmering moon followed.
A white mist covered the far-away fields.
The sound of waves falling against the bay
clashed against coconut palms, pierced through hutments
and entered our ears
as you and I walked up to my lodgings.

Just so
during so many nights
for so many hours we argued.
At the end, we always parted
with no hope for the future.

Later, at a tense and fearful moment,
you shook off all that stood in the way
of your passion for freedom
and entered into the forest.

Parani...
At a time when memories of you were fading,
one rainy season, at dusk,
you returned,
water dripping from your wet uniform.

You had to complete a particular task
by the spreading sea and its lapping waves.
And so you left me.
I had no words to wish you well,
and you had no desire to embrace me.

Outside, as the downpour
streamed down my own cheeks
you disappeared into the rain's complaint.

Parani is the name of the person the poet is addressing.

திரைகடல் சென்ற திரவியமானாய்
ஆழிப்பரப்பெங்கும் ஊழித்தீ எழுந்து தணிந்தது
நீ திரும்பிவரவே இல்லை

இன்று வீரர்கள் துயிலும் சமாதிகள் மீது
காலத்துயரின் பெருமௌனம் கவிந்துள்ளது
சமுத்திரத்தையே சமாதியாகக் கொண்டவனே!
இங்கு ஏதுமற்ற உன் கல்லறையில்
ஒரு கடல் நீரூற்றி நிரப்பிடவோ?

      [மூன்றாவது மனிதன் – இதழ் 14
      ஏப்ரல் – மே 2002]

You became our treasure that travelled the sea.
Over the entire ocean, the fire of the apocalypse
rose up, and then died.
You never returned.

Today, the deep silence of our sorrowful times
envelops the graveyards where our soldiers lie.
But you who chose the very ocean for your mausoleum,
should the sea fill, with its waters,
your empty grave?

   [2002]

Translated by Lakshmi Holmström

ஔவை
மீள் வருகை

வேரறுத்து
ஒற்றைப் பறவையாய் எல்லை கடந்து
உயிரை மீட்பதற்காய்ப் புறப்பட்ட
அந்த நாள் இரவின் அவலம்
இன்னும் என்னுள் அழியவில்லை
பதின்மூன்று ஆண்டுகள் ஓடிய பின்னும்
உயிரைப் பிழிந்த அந்த அவலம்
இன்னும் உயிர்ப்பாய் . . .

மண்ணின் புதல்வி நான்
செம்மண் பாலையாகத் தொடங்கியபோது
வேரறுத்து எனது பயணம் தொடங்கிற்று
நீண்ட கால பயண முடிவிலும்
மண்ணை விட்டு விலக முடியவில்லை
எம்மண்
செம்மண்ணாயிருந்து நேர்மையுடனும்
வலிமையுடனும் என்னை வளர்த்ததால்
நீண்ட தூரம் விலக முடியவில்லை
மண்ணின் கனவுகளோடு வாழ்வு கரைந்தது.

அழிக்கப்பட்ட வாழ்வின்
உயிரைத் தேடி
கடந்து வந்த எல்லையை
மீண்டும் தாண்டி
எம்மண்ணிடம் இன்று
மீண்டிருக்கிறேன்.
இப்போது துணையோடும்
என் குஞ்சுகளோடும்.

பேச்சுவார்த்தை சமாதானம்
எல்லாவற்றிற்கும் நன்றி.

பற்றைகள் மூடிய வீதிகளும் வீடுகளும்
தலை முறிக்கப்பட்ட பனைகளும்
மிதிவெடிகள் நிரம்பிய வயல்வெளிகளும்
மௌனமாகக் கடந்த கால
போரின் அவலத்தைச் சொல்லி அழுதன.

Avvai
THE HOMECOMING

The horror of that night
lives with me still.
Uprooted, I fled across the border
like an abandoned bird,
driven to save my life.
Still vivid
the wrenching horror
after thirteen years.

I am this earth's daughter:
uprooted, my journey began
when this land became a red-dust desert.
But long years have not parted me
from this land.
This earth, this good earth
nurtured me with its honesty, its strength.
I could not leave it:
my life lies mingled with this earth's dreams.

Today I return
in search of a life
once destroyed.
I re-cross the border,
my companion at my side
and my little ones.

Thanks to all the peace-talks, etcetera.

Paths and houses are overgrown,
palmyra trees are beheaded,
fields are planted with landmines.
They mourn silently,
wordlessly proclaim past horror,

எத்தனை அவலம்
எத்தனை இழப்பு
உயிர் தரும் எதையும் காணோம்.

புதுக்கதிர்கள் விரிந்து
பால் மணம் பரப்பும் வயல்வெளியும்
நெற்கதிர்கள் சலசலக்க
வீசும் வயற்காற்றும்
துயில் கலைக்கும் கோயில் மணியோசையும்
எங்கே தொலைந்தன?
கட்டை அடித்துக் கவிதை சொல்லும்
எம் கிராமத்துக் காலை எங்கே?
நாதஸ்வர ஓசை எங்கே?
உயிர் தரும் எதனையும் காணோம்.

எல்லாவற்றையும் தாங்கிய எம்மண்
இன்னமும் இருந்தது பாலையாக.
இம்மண் வெறும் செம்மண்ணா எம்மண்ணா
எம் மண்?

அறுக்கப்பட்ட வேரை ஒட்டுதல்
மீளநடுதல்
தண்ணீர் ஊற்றுதல் வளர்த்தல்
சாத்தியமற்றுப் போயிற்று எனக்கு
ஆயினும் என்ன?
வீட்டு முற்றத்தில்
வேம்பு பூத்துச் சிலிர்த்திருக்கு
நிழலில் குழந்தைகள் கிரிக்கெற்
விளையாடுகின்றார்கள்
இன்னும்
கிட்டிப்புள்ளும் கிளித்தட்டும் ஆடிய
காலத்தின் திளைப்பில்
கட்டுண்டு கிடக்கிறது மண்.

[காலச்சுவடு இதழ் 47, மே–ஜூன் 2003]

tragedy, loss.
Nothing here nurtures life.

Where have they all gone,
the fields with their milky smell
of newly ripening grain,
the wind bearing the rustle
of new paddy,
temple-bells at day-break?
Where are the village mornings
filled with rhythmic chanting?
Where is the music of the *nathaswaram*?
Nothing here nurtures life.

This earth which endured it all
remains a land laid waste.
Is this only red dust
or is it our good earth still?

I know this:
it is no longer possible
to repair a torn root,
re-plant, water, nurture it again.

But what of it?

In our front courtyard
the neem-tree has burst into flower
and the children play cricket
under its shade.

This earth is still held fast,
in that delighted time
of children's games,
entranced.

[2003]

Translated by Lakshmi Holmström

---

nathaswaram – a traditional double-reed wind instrument originating in Tamil Nadu. In Tamil culture considered to be very auspicious, it is played at Hindu weddings and in temples of the South Indian tradition.

பா. அகிலன்
2005

விடை சொல்லவில்லை; அவகாசம் இல்லை
போய்விட்டாய்
புயல்

இரத்தத்தில் வீடுகள் சிதம்புகையில்
திரும்பிவருவதில்லை யாரும்

சமரர்களோ போர்க்களத்தில்
அமரர்களோ அமைதியில்
சாட்சியாக இருக்க விதிக்கப்பட்டவர்களோடு
குந்தி நானிருந்தேன்

[பங்குனி 2006]

P. Ahilan
2005

no answer: there's no time
you went away
storm

with the houses soaked in blood,
no one will ever come back.

whether soldiers on the battlefield
or the immortals in peace
together with those destined to bear witness
there I sat.

[2006]

Translated by Sascha Ebeling

ஆழியாள்
அடையாளம்

பிறந்த வீட்டில்
கறுப்பி

அண்டை நாட்டில்
சிலோன் அகதிப் பொண்ணு

இலங்கை மத்தியில்
"தெமள"

வடக்கில்
கிழக்கச்சி

மீன்பாடும் கிழக்கில்
நானோர் மலைக்காரி

மலையில்
மூதூர்க்காரியாக்கும்

ஆதிக் குடிகளிடம்
திருடப்பட்ட தீவாயிருக்கும்
என் புகுந்த நாட்டில்
அப்பாடா!
பழையபடி நான் கறுப்பியானேன்.

[2006 / துவிதம்]

Aazhiyaal
IDENTITY

In the house where I was born
I am 'Darkie'.

In the neighbouring country,
a refugee woman from Ceylon.

In central Sri Lanka
I am 'Demala'.

In the North, I am
a woman of the East.

In the East, with its singing dolphins,
I am a woman of the mountains.

And in the mountains, it seems,
I am a woman of the Old City.

In this country, where I now live,
in this island stolen from its first peoples,
at last, as in former times,
I am 'Darkie' once more.

[2006]

Translated by Lakshmi Holmström

அனார்
மேலும் சில இரத்தக்குறிப்புகள்

மாதம் தவறாமல் இரத்தத்தைப் பார்த்து
பழக்கப்பட்டிருந்தும்
குழந்தை விரலை அறுத்துக்கொண்டு
அலறி வருகையில்
நான் இன்னும் அதிர்ச்சியுற்றுப் பதறுகின்றேன்
இப்போதுதான் முதல் தடவையாகக் காண்பதுபோன்று

'இரத்தம்' கருணையை, பரிதவிப்பினை
அவாவுகின்றது
இயலாமையை வெளிப்படுத்துகின்றது

வன் கலவி புரியப்பட்ட பெண்ணின் இரத்தம்
செத்த கொட்டுப் பூச்சியின் அருவருப்பூட்டும் இரத்தமாயும்
குமுறும் அவளுயிரின் பிசுபிசுத்த நிறமாயும்
குளிர்ந்து வழியக்கூடும்

கொல்லப்பட்ட குழந்தையின்
உடலிலிருந்து கொட்டுகின்றது இரத்தம்
மிக நிசப்தமாக
மிக குழந்தைத்தனமாக

களத்தில்
இரத்தம் அதிகம் சிந்தியவர்கள்
அதிக இரத்தத்தைச் சிந்த வைத்தவர்கள்
தலைவர்களால் கௌரவிக்கப்பட்டும்
பதவி உயர்த்தப்பட்டும் உள்ளார்கள்
சித்திரவதை முகாம்களின்
இரத்தக் கறை படிந்திருக்கும் சுவர்களில்
மன்றாடும் மனிதாத்மாவின் உணர்வுகள்
தண்டனைகளின் உக்கிரத்தில்
தெறித்துச் சிதறியிருக்கின்றன

வன்மத்தின் இரத்த வாடை
வேட்டையின் இரத்த நெடி
வெறிபிடித்த தெருக்களில் உறையும் அதே இரத்தம்

Anar
MORE NOTES ON BLOOD

Although I am accustomed to seeing blood
every month without fail,
yet when my child comes to me, screaming,
her finger gashed open,
I'm in shock, I panic,
as if I'm seeing blood for the first time.

'Blood' denotes suffering
and compassion,
it reveals vulnerability.

The blood of a raped woman
drips and congeals,
repellent as the blood of insects,
the colour of her life
surging up, ebbing away,

Blood from the body
of a murdered infant
spills soundlessly
with childlike innocence.

Those who spill most blood in battlefields
are raised to higher ranks, and honoured,
by the leaders
who ordered them
to spill so much blood.

The blood-stained walls
of torture chambers
are splashed and splattered
with the entreaties of the human soul
enduring punishments.

The blood smell of violence,
the blood stink of the hunt,
the same blood congealing in the frenzied streets

கல்லறைகளில் கசிந்து காய்ந்திருக்கும் அதே இரத்தம்
சாவின் தடயமாய்
என்னைப் பின்தொடர்ந்து கொண்டே இருக்கிறது.

[வீரகேசரி – உயிர் எழுத்து (6 ஆகஸ்ட் 2006)]

the very same blood oozing out and drying in graveyards,
these stalk me always,
the footsteps of death.

[2006]

Translated by Lakshmi Holmström

வ.ஐ.ச. ஜெயபாலன்
போய்விடு அம்மா

காலம் கடத்தும் விருந்தாளியாய்
நடு வீட்டில்
நள்ளிரவுச் சூரியன்
குந்தியிருக்கின்ற
துருவத்துக் கோடை இரவு.

எழுப்பிவிட்டுத் தூங்கிப்போன
கணவர்களைச் சபித்தபடி வருகிற
இணையத்துத் தோழிகளும் போய்விட்டார்.
காதலிபோல் இருட்டுக்குள்
கூடிக் கிடந்து
மலட்டு மனசில்
கனவின் கரு விதைக்கும்
தூக்கத்துக்கு வழிவிட்டு
எழுந்து போடா சூரியனே.
பாவமடா உன் நிலவும்
கணினியிலே குந்தி
இணையத்தில் அழுகிறதோ

மூன்று தசாப்தங்கள்
தூங்காத தாய்களது
தேசத்தை நினைக்கின்றேன்.
படை நகரும் இரவெல்லாம்
சன்னலோரத்துக் காவல் தெய்வமாய்
கால்கடுத்த என் அன்னைக்கு
ஈமத்தீ வைக்கவும் எதிரி விடவில்லை
பாசறைகளை உடைத்து
உனக்குப் புட்பக விமானப் பாடை

V. I. S. Jayapalan
GOODBYE MOTHER

He is a visitor
who overstayed
his welcome,
this midnight sun.

The women
who come to work
in the call centers
and complain about their husbands
who can go back to sleep
after breakfast,
even they
are long gone.

So go away, Sun,
and let me sleep,
let my sleep be with me
in darkness
like a lover,
inventing stories in my dreams
for my barren heart.
Don't you pity the Moon
who has to sit at a computer,
crying on the internet?

I think of the land
where the mothers
have not slept for thirty years.
Every night when the soldiers
moved, my mother stood there
at the window
like a guardian angel.
The enemy did not allow me
to cremate her.

இதோ எடுத்துக்கொள் அம்மா
என் கவிதையின் தீ
போய் வா.

புதைகுழிகளின் மேல்
இடிபாடுகளின் மேல்
பறங்கிக்குப் பணியாத என்
மூதாதையரின் சுவடுகளில்
பாலகர் சிந்திய இரத்தத்தின்மேல்
நம்பிக்கைப் பசுமையாய்
மீந்திருக்கிற
பனந்தோப்புகளின்மேல்
ஆலயங்கள், மசூதிகள் நிமிரும்
எங்கள் கிராமங்களின்மேல்
ஒரு யூட்டோபியாவில் இருக்கிற
என் தேசத்தின் கனவுகளை
மீட்டுவர வேண்டும்.

[வேரென நீ இருந்தாய்: இராசம்மா சண்முகம்பிள்ளை 31 ஆம் நாள் நினைவு மலர் / 08–12–2006]

So please take this from me,
mother,
as a bier festooned with flowers
that will withstand even the soldiers:
Take the fire of my verses,
and fare well.

From the graves and the ruins,
from the footprints of my ancestors
who did not succumb to the Portuguese,
from the blood shed by our children
from the palm groves blooming with hope
from our proud villages with
their temples and mosques
a dream
of a new country
must rise.

[2006]

Translated by Sascha Ebeling

சுகிர்தராணி
எதுவும் மிச்சமில்லை

சிந்திய அமிலமாய்க் கண்ணீர் வழிய
பதுங்கறைக்குள் ஒளிந்திருந்த பொழுது
விழுந்த ஷெல்லினால்
குமைந்த என் வீடு
கடைவீதியின் கால்வாய் ஓரம்
அழுகிய சடலமாய்க் கிடந்த கணவனின்
இரத்தம் தோய்ந்த பொத்தல் சட்டை
பள்ளியிலிருந்து திரும்பி வருகையில்
வல்லுறவால் உயிரிழந்த மகளுக்கு
வாங்கிவைத்த துணிநாப்கின்
கள்ளத்தோணியில் அனுப்பிவைத்தும்
மணல்திட்டில் மாட்டிக்கொண்ட
அகதிமகனின் மரண ஓலம்
சேலைத்தலைப்பில் முடிந்துவைத்த
குருதி நனைந்த பிறந்தமண்
குண்டு வெடிப்பால்
முலைகள் ரெண்டும் பிய்ந்த மார்பை
ஒட்டியிருக்கும் எனது உயிர்
பஞ்சடைந்த என் கண்களுக்குள்
படமாய் விரிகின்ற தனி ஈழம்
இவை தவிர
எதுவும் மிச்சமில்லை என்னிடம்.

[மை (பெண் கவிஞர்கள் தொகுப்பு) / ஊடறு வெளியீடு 2007]

Sukirtharani
NOTHING LEFT

My house, shattered
by a dropped shell
as we sheltered in the bunker,
our tears falling like acid rain;
the torn, blood-stained shirt my husband wore,
while his corpse lay rotting
by the gutter's edge in the market-place;
the cloth napkins I had laid aside
for my daughter, who was raped and killed
on her way home from school;
the death-lament of my refugee son
whose boat, trespassing across the sea
struck a sand bank;
blood-drenched earth of my motherland
bundled into my sari-pallu;
my life still clinging to my chest
though my breasts were blown away
by gun-fire;
a separate Eelam, unfolding like a picture
before my clouding eyes:
there is nothing left to me
but these.

[2007]

Translated by Lakshmi Holmström

Eelam is the name in Tamil for the island of Ceylon, or Sri Lanka. This term has been in use since the classical era of the second century AD.
Since the political unrest following the 1970s, and the emerging call for a separate state for the Tamils in the North and East of the island, 'Eelam', or 'Tamileelam' has been used more specifically to define a particular territory, the traditional homeland of the Tamils.

கருணாகரன்
அந்தச் சாலையில்தான்

எரிந்துகொண்டிருந்த சாலையில்தான்
அன்று வந்து இறங்கினேன்

அங்கேதான் பூக்களை விற்றுக்கொண்டிருந்த பெண்ணும் இருந்தாள்
துப்பாக்கியை வெடிக்கவைத்துக்கொண்டிருந்த படையினரும் நின்றனர்
பிரார்த்தனை செய்துகொண்டிருந்த மதகுருவும்
விளையாடிக்கொண்டிருந்த சிறுவர்களும் இருந்தனர்.
மாதா கோயிலும் மேய்ச்சலுக்காகப் போய்க்கொண்டிருந்த மாடுகளும்
கொத்துரொட்டிக்கடையில் பாடிக்கொண்டிருந்த ரேடியோவும் இருந்தன.
குழந்தைக்குப் பாலூட்டிக்கொண்டிருந்த தாயும்
சிப்பாய்களுக்குக் கட்டளையிட்டுக்கொண்டிருந்த தளபதியும் இருந்த
அந்தச் சாலையில்தான்
எல்லாம் எரிந்து முடிந்தன.

எரிந்து முடிந்த சாலையில்தான் அனைவரும் நின்றோம்
பகலும் இரவும் வெறும் புகையாகியது.

அரசாட்சியும் தேசியக் கொடியும் புகையாகித்தான்போனது.

[2009]

Karunakaran
ALONG THAT VERY ROAD

It was into that burning path
that I descended that day.
That girl, the flower-seller,
was there, and there too
were the soldiers firing off their guns;
the priest was saying his prayers
and children were playing.
The Catholic church stood there,
cattle were setting off to graze
and the radio was blaring
from the stall selling spicy rotis.
It was there, in that very road
where the mother was suckling her baby
and the army general was ordering his men,
that everything burnt down.
We stood there, all of us, while all around
everything burnt to the ground.
Day and night ended in smoke.
The Government vanished,
and so did the national flag.
Like smoke.

[2009]

Translated by Lakshmi Holmström

தீபச்செல்வன்

சொற்கள் சிதைகிற மணல்

நான் கேட்டுக்கொண்டிருக்கிறேன்
நீ பேசு.
சொற்களற்ற காட்டில்
துயர் பொழிந்து கொண்டிருப்பதை
பகிர முடியாதபடியால்
பாதியாய் சிதைந்து உடைகிற சொற்களை
நான் விழுங்குகிறேன்.
என்னை விடுத்து
உன்னைப் பற்றி சொல்லிக்கொண்டிரு.
காதுகளில் மணல் நிரம்புகிறது.

ஷெல்கள் வந்து விழுவதையும்
விமானங்கள் பறந்தலைவதையும்
துவக்குகளின் சத்தங்கள்
எங்கும் புகுந்து செல்வதையும்
தவிர
எந்த சத்தங்களுமற்றிருக்கிறது
உனது தொலைபேசி.
மணல் அணை எழும்புகிறது.

உயிரோடிருப்பதை தவிர
அங்கு எதுவுமில்லை.
உயிரும் பாதியாய் குறைந்துபோயிருக்க
சிதைகிற சொற்கள் ஒவ்வொன்றாய் வருகின்றன.
குண்டுகளால் சிதறியபடியிருக்கிற
உனது ஓரிரு சொற்களைத் தவிர
நான் அடைந்தது ஒன்றுமில்லை.

மணல்தரை சூடாகிறது.

பாதியில் அறுந்துபோகிற உரையாடலில்
மீளவும் உன்னைக் குறித்தான
அச்சம் தொடங்குகிறது?
நீ தொலைபேசியை வைத்ததிலிருந்து
நான் காத்திருக்கிறேன்

பெரும் சமரிற்குப்பிறகான
உனது சொற்களுக்கு

Theepachelvan
WORDS SHATTERED BY THE SAND

Speak to me,
I am listening.
Because I cannot share with you
the downpour of grief
in this wordless wasteland,
I swallow my words
which only fall and break in half.
So never mind me,
keep telling me about yourself.

My ears fill with sand.

Now I hear nothing from your telephone
except for the falling shells
the aeroplanes flying here and there
and the gunshots which enter
everywhere in this space.

Now, ahead of me a sand-bank.

There is nothing here
except the will to live.
And when life is diminished by half,
only broken words come to me,
one by one.

The outspread sand feels hot underfoot.

Our exchange keeps breaking off
and once again my fear grows
for you.
Ever since you put down the telephone
I have waited and longed
to hear your words
once this long war is over.

மணல் கிடங்கு வாய் பிளக்கிறது.

எதுவரை எனது சொற்கள் சிதைய
விழுங்கிக்கொண்டிருப்பேன்
உன்னிடமிருந்து என்னை மறைத்தபடி?
தொலைபேசி கனத்துப் போய்க்கிடக்கிறது.
மணல் எழுந்து வீசுகிறது.

   [மே 2009]

A bunker in the sand gapes open.

How long can I swallow
my words as they fall and break?
How long shall I hide from you?
My telephone drops, too heavy to hold.

Sand rises and blows about.

   [2009]

Translated by Lakshmi Holmström

எம். ரிஷான் ஷெரீப்
ஈழம்

ஒவ்வொரு துகளும்
செஞ்சாயம் பூசிக்கொள்ளக்
கடுங்குருதி நில மணலில் ஊர்ந்துறைகிறது

இடையறாப் பேரதிர்வு
நிசப்தங்கள் விழுங்கிடப்
பேச்சற்று மூச்சற்று
நாவுகள் அடங்குகையில்
விழித்தெழாப்பாடலொன்றைக்
கண்டங்கள் தோறும் இசைத்தபடி
அநீதங்கள் நிறைந்த
வாழ்வின் கொடிபிடித்துப்
பேய்கள் உலாவருகின்றன

இருக்கட்டும்
புத்தர் உறங்கும் விகாரைக்கு நீ
வெண்ணலரிப் பூக்களொடி

[உன்னதம் / டிசம்பர், 2009]

M. Rishan Shareef
EELAM

The ghastly blood
seeps into our sandy soil
to cover every grain
of our harvest.

While unending explosions
swallow all silence,
ghosts wander about,
not speaking, not breathing,
holding their tongues,
but all their throats sing
a song of not awakening,
and they carry the banner
of a life filled with injustice.

Fine, let them.
You go and gather white oleander flowers
for the monastery where the Buddha sleeps.

   [2009]

Translated by Sascha Ebeling

ரவிக்குமார்
முன்பொரு காலமிருந்தது

ஈழத்தில் அழுத கண்ணீர்
இங்கே பெருக்கெடுத்து
தெருவெல்லாம் ஓடி
தீயை உசுப்பிவிட்ட காலம்

முன்பொரு காலமிருந்தது

துவக்கு, லொறி, சப்பாத்து, சாரம் என
நாமும் கதைத்து
நண்பர்களைப் பார்த்து
விசரோ? எனக்கேட்டு வேடிக்கை செய்த காலம்

முன்பொரு காலமிருந்தது

குப்பியணிந்த சிறுவர்கள்
ஒருகையில் துவக்கும்
மறுகையில் புல்லாங்குழலுமாய்
புகைப்படங்கள் எடுத்துக்கொண்ட காலம்

முன்பொரு காலமிருந்தது

'தமிழன் இல்லாத நாடில்லை
தமிழனுக்கென்று ஒரு நாடில்லை'
முழக்கங்களின் கவர்ச்சியில்
மூழ்கிக் கிடந்த காலம்

முன்பொரு காலமிருந்தது

கேப்றன், கேணல்
தேசியத் தலைவர் மாவீரர்
பட்டங்களே அடையாளங்களாய்
மாறிவிட்டிருந்த காலம்

முன்பொரு காலமிருந்தது

Ravikumar
THERE WAS A TIME LIKE THAT

There once was a time like that,

when the tears shed in Eelam
flooded all our streets here,
and lit a fire.

There once was a time

when we spoke like them:
thuvakku, lori, sappaathu, saaram,
and we mocked our friends
asking: *visaro*? Are you mad?

There once was a time

when little children,
posed for the cameras,
cyanide capsules around their necks,
a gun in one hand,
a flute in the other.

There once was a time

when we were intoxicated
by the enticing slogan
"There is no nation without Tamils!
There is no nation for the Tamils!"

There once was a time

when all these titles –
Captain, Colonel,
National Leader, War Hero –
had become identities.

There once was a time

செய்தியாளர் சந்திப்புக்கு
உலகமே திரண்டுவந்து
முண்டியடித்து நின்ற காலம்

அப்படியொரு காலமிருந்தது...

[2010 / எங்களுடைய காலத்தில்தான் ஊழி நிகழ்ந்தது]

when the whole world
came to the press conference,
fighting for space.

Yes, there once was a time like that…

[2010]

Translated by Sascha Ebeling

அ. யேசுராசா
மீதம் இருக்கும் காலம். . . !

இப்படித்தான் மகனே
வாழ்க்கை கனவுகளைத் தின்றுவிடுகிறது...!

ஏமாற்றப் பள்ளத்தாக்கில்
வீசி எறியப் படுகிறாய்

துயரச் சுழல் உன்னை
இழுத்துச் செல்கிறது

பாதைகளை மறிக்கும்
மலைகள்...

இருள் குவிந்து மூடுண்ட வானமாய்
உனது மனம்...

ஆயினும் மகனே
'தலையின் இழிந்த மயிரனையர்'
அல்லன் நீ!
மீதம் இருக்கிறது இன்னும்
உனக்கான காலம்...

எழு!
இயங்கு –
'நீயாகவே நீ இரு'
உனக்கான அர்த்தம்
நீயேதான் வழங்கு!

[மணற்கேணி – இதழ் 2 / செப்டம்பர் – அக்டோபர் 2010]

A. Jesurasa
THE TIME REMAINING

It is like this, my son,
life eats away our dreams.

You have been hurled away
into the Valley of Despair.

A whirlpool of sorrow
pulls you along.

All your paths are blocked
by mountains.

Your heart is like the sky
enveloped in a looming darkness.

Yet, my son,
you are not one of those
who dropped away
like the hair from our heads.
There still remains
your time.

[2010]

Translated by Lakshmi Holmström

பா. அகிலன்
பிண இலக்கம் 182

சிதைவாடை
நீக்கினால்
ஓலமுறைந்து சீழ்கொண்ட இன்னோராடை

முலையொன்றில்லை
மறு முலையில் கிடந்தது ஒரு சிறுவுடல்
பிரித்தால் பிரியாது
ஒருடலாய் ஒட்டிக்கிடந்தது

சுத்தப்படுத்திய பின் எழுதினேன்
பிண இலக்கம் 182

[மணற்கேணி – இதழ் 4 / ஜனவரி – பெப்ரவரி 2011]

P. Ahilan
CORPSE NO. 182

One garment torn to shreds.
I removed that and found
another, drenched in pus.

One breast was missing.
Stuck to the other breast
there was a small child
that I could not remove.
They were fused into one body.

I cleaned them and noted down:
Corpse No. 182.

   [2011]

Translated by Sascha Ebeling

பா. அகிலன்
பிண இலக்கம் 183உம், உயிரிலக்கம் 02உம்

உயிரில்லை:
இரத்தம் ஒரு சேலை
யோனியிற் தொங்கிய தொப்புழ் வீழ்தில்
ஆடியது ஓர் புத்துடல்.
வெட்டிப் பிரித்தோம்:
குலுக்கிய பின் அழுதது.

எழுதினேன் பேரேட்டில்
பிண இலக்கம் 183
உயிரிலக்கம் 02.

[மணற்கேணி – இதழ் 4 / ஜனவரி – பெப்ரவரி 2011]

P. Ahilan
CORPSE NO. 183, NEWBORN NO. 02

No vital signs.
Blood covered her like a sari.
Hanging from her womb
by the umbilical cord,
there was a foetus stirring.
I cut the cord.
I shook it, and it started to cry.

I wrote in the register:
Corpse No. 183
Newborn No. 02.

[2011]

Translated by Sascha Ebeling

றஷ்மி
தோல்வி எழுதப்பட்டமை...

சிங்கத்தின் நரி எதிரியைத் துண்டாட முன்னமே
திருந்தப்படாத தவறுகள்
வீழ்படிந்து செறிந்து தோல்வி எழுதப்பட்டாயிற்று...

தெருத் தெருவாய்த் தமக்குள் விரட்டிக்
கொன்றுகொண்டிருந்த போராளி
எதிரிகளைச் சம்பாதித்துக்கொண்டே இருந்தபோது
அழிவு நுழைய ஏதுவாய் அரண்களின்
கற்கள் உளுத்து விழுவதைக்
காலம்
அவன் பார்வையிலிருந்து மறைத்து வைத்தது.

கட்டுக்குள் வைத்திருந்த ஊர்கள்
எதிரியிடம் விழுந்தன
வழிகள் ஒவ்வொன்றாய் அடைத்து மூடிய எதிரிக்கு
துரோகியென கொலை ஒறுக்கப்பட்டவர்கள் துணை.

காட்சிமாறிக்கொண்டே இருந்தது.

தான் தோற்றுக்கொண்டிருப்பதை
அரசனின் ஆணவம் நம்பமறுத்தாயினும்
அவன் முகம் இறுகியிருந்தது.

தோல்வி துவக்குச் சத்தங்களோடு
புலத்தை நெருங்கிக்கொண்டிருந்தபோது
அரசன் ஒரு மாயக் கரத்திற்காய்க்
காத்திருந்ததாய்ச் சொல்லப்படுகின்றது.

காடுகளை அவன் இழந்தான்
கடலில் அவன் கலங்கள் மூழ்கிற்று
வானில் அவன் வல்லபம் அழிவுற்றது
வீரர்களை அவன் இழந்தான்

Rashmy
THE INSCRIPTION OF DEFEAT

Before the Lion, with his fox-like cunning
could shatter the Enemy-King,
the Enemy's own mistakes, never put right,
scattered, fell to the ground,
inscribed his Defeat there.

Even as the Enemy-King
hunted and killed, hunted and killed his own
street by street,
earning more and more enemies within,
Time
hid from his sight his palaces, decaying,
their stones wearing away,
easing the path for Destruction to enter.

The cities under his control
fell to the Other.
And as the Other blocked all exits
one by one, he was aided
by those condemned to death
as traitors by the King.

The scene was changing all the time.

Although the King's arrogance stopped him
from accepting the coming of Defeat,
his face had grown tight.

It was rumoured
that even as Defeat approached ever closer
heralded by the sound of gun-shots,
the King awaited a magical intervention.

He lost his fields and forests,
his granaries were drowned in the ocean,
the skies destroyed his might,
his soldiers vanished.

வெளியில் சொல்லாதிருந்தான் –
என்றுமே மண்ஒட்டா மீசை அவனது.

உள்மனதில் ஊடாடியதைக்
கண்களில் யாராகிலும் கண்டீர்களா
அந்தக் கண்களில்...

[2011 / 'ஈ' தனது பெயரை மறந்துபோனது]

But he never spoke aloud;
his moustaches were stylish always.

Did any of you ever see in his eyes
what played freely in his heart of hearts?
In those eyes...

   [2011]

Translated by Lakshmi Holmström

சேரன்
காடாற்று

வெந்து தணியாத
காடாற்றச் சென்றோம்
ஒரு குருவி கிடையாது

ஆள்காட்டி வெளிக்குமேல்
ஆகாயம் இல்லை

கண் தொட முடியாத எல்லைவரை
சாம்பல் வீசிக் கிடக்கின்ற நிலமற்ற நிலத்தில்
எலும்புகளைத் தேட
ஒருவருக்கும் வழி இல்லை

எனினும்

பாலூற்ற ஊற்றப் பெருகும்
எம் கண்ணீரைக் கேளிக்கையாக்கி
கொண்டாட்டத்தோடு
களிக்கூத்து ஆடும்
மற்றவர்களுக்கு
நம்
மாற்றுவழி என்ன?

இதயப் பெருந்தீயைக் குளிர்விக்க
இன்றைக்கு ஒன்றுமில்லை

காயாத குருதித்துளிக்கு
சாட்சியம் இல்லை

முற்றிற்று என்று சொல்லி
காற்றிலும் கடலிலும் கரைத்துவிட்டுக்
கண்மூட
காற்றும் கிடையாது
கடலும் கிடையாது
காடாற்று எப்போதோ?

[2011 / காடாற்று]

Cheran
FOREST-HEALING

We set out to heal
the still smouldering forest
not a bird in sight.

An empty sky
above
the sparrow's flight-path

no one knows how
to gather the bones, scattered
on the ash-covered landless land
stretching to the far horizon
yet
what else can we do now
when an alien people
celebrate and dance
mocking our flowing tears
as we pour out the healing milk?

There is nothing now
to quench the heart's fire

no witness
to the drop of blood
not yet dry

there is neither sea nor wind
for us to dissolve the ashes
proclaim an end
and close our eyes.
When will there be
a forest-healing?

[2011]

Translated by Lakshmi Holmström

குட்டி ரேவதி
தற்கொலை வீராங்கனை

அங்கயற்செல்வி
உன் அந்தரங்க உடையைக் களைந்து
பூட்டிவைக்கப் போகிறாய் உடலாய்
நிர்வாணம் உடையாகி இருந்ததை
சரி செய்துகொண்டது கண்ணாடி
சீருடை அணியும் வேடம் தொடங்கியது
ஆயுதங்களும் தற்கொலை அங்கியும்
அங்கங்களாகி இயங்கின
இன்னும் பதினைந்து நிமிடங்களே
ஊரும் வாழ்க்கையின் பல்லக்கு
தலைவனின் ஆணை
அவனிரு கரங்களுக்கிடையே வழையிழையாகி
உன்னிதயத்தை ஊசல் குண்டாக்கியது
திருமண அரங்கம் பிரவேசித்தாய்
தரிக்காது இடம் மாறிக்கொண்டேயிருந்தனர்
எல்லோரும்
அவரவர் வாழ்வின் வரைபடத்துக்குள்
கடைசிக் கால் நிமிடத்தின் மீதேறி நின்றாய்
மூச்சடக்கி அலறினாய் நீயே உணரும்முன்
அதிர்ச்சியின் வெடி எல்லோர் கண்களிலும்
உன் நீலமுகம் புகைப்படமான நொடி
உடல் முழங்கி வெடித்தாய் செல்வி...
செய்தியானது முப்பது பலி என்று

[யானும் இட்ட தீ / 2011]

Kutti Revathi
SUICIDE SOLDIER

Carp-eyed Selvi,
you are about to cast aside your own clothes
and lock them away, as if they are your body.
The mirror sets to right your nakedness
which you wear as your dress. You proceed
to assemble your uniform; your weapons
and suicide belt become your body now.

Only fifteen minutes left
on life's crawling palanquin.
The leader's command
made your heart a bomb
caught, swinging, in the web
held between his two hands.
You enter the wedding hall.
They are all changing places,
restless.
Into the last quarter-minute in the map
of each person's life there, you step.
Holding your breath, you scream.
Before you yourself are aware, the shock
of that blast photographs your blue face
for a blinding minute. Then, roaring,
your body bursts apart, Selvi.

Thirty people were sacrificed,
it was reported.

[2011]

Translated by Lakshmi Holmström

மாலதி மைத்ரி
புலி சேர்ந்து போகிய

என் வேலியில் நிற்கும்
எரிந்த பனையில் கையூன்றி
எனது மகள் எங்கேயெனக் கேட்கிறாய்
பல்லாயிரம் கண்கள் நிம்மதியாய் உறங்க
கண்விழித்துக் காடுகரைகளில் காவலிருந்து
எதிரிப்படைகளைத் தடுத்து நின்றாள் பல இரவு
புலி தங்கி நீங்கிய கல்குகைபோன்ற
ஈன்ற வயிறு இங்கிருக்கிறது
முள்ளிவாய்க்கால் மணற்கரையில்
புலியின் தடம் மட்டும் மீந்திருக்க
எங்கிருக்கிறாளெனத் தெரியவில்லை.

[எனது மதுக்குடுவை / காலச்சுவடு பதிப்பகம், 2011]

நன்றி – காவற்பெண்டு

Malathi Maithri
LOST TIGER

You lean your arm
against the burnt-out palmyra tree
just by my hedge, and ask,
Where is my daughter?
While thousands of us slept peacefully
she stayed awake for long nights
keeping guard over our fields
against the enemy forces.

This womb that once carried her
is like an empty rock-cave
in which a tiger once lived.
Only the tiger's footprints are left
on the sandy shores of Mullivaikkal.

Where is she now?

[2011]

Translated by Lakshmi Holmström

The poet, Malathi Maithri, acknowledges her debt to the second century poet, Kaavarpendu, whose poem appears in the anthology, *Purananuru*. Malathi rewrites the poem, changing the lost son to a lost daughter.

மாலதி மைத்ரி
முடிவுறாத யுத்தம்

காட்டுத் தீயின் உக்கிரம் அனத்தும்
கோடை நாளில்
நீ திரும்பி வந்தாய்
நமது கடற்கரையில் ஆமைக் குஞ்சுகள்
முட்டைக்குள்ளே கருகியிருந்தன
அலை எப்போதும் போல்
அமைதியாய் இல்லை
மீன்கள் செத்துக் கரையொதுங்கி நாறின
காகங்களின் இரைச்சலில்லை
கல் அடுப்பில் வெந்நீர்
கொதித்துக்கொண்டிருக்கிறது
நான் குளிக்கும் ஓலைத் தடுப்புக்குள்
வந்து ஆடை களைகிறாய்
உடலெங்கும் தடித்த ஊமைக்காயங்கள்
உன் விரைகள் வீங்கி
துமிட்டிக் காய்களெனப் புடைத்திருக்க
கலக்கத்துடன் உன் மேல் நீர் வார்க்கிறேன்
கண்களில் நீர் தளும்ப
பற்றிக்கொள்கிறாய்
நீ அடிக்கும்போது தடுக்காத
என் கைகளை
இனப் போர்
எல்லைகளைக் கடந்து தொடர்கிறது
அந்நாளோ பற்றியெரிகிறது
அணைக்க முடியாக் காட்டுத்தீயென.

[2011 / எனது மதுக்குடுவை]

Malathi Maithri
INCESSANT WAR

On a summer's day, smouldering intensely
like a forest fire
you returned.
On our seashore, the baby turtles
had shrivelled inside their shells.
Even the waves were listless,
losing their serenity.
Dead fish stank, washed ashore.
Not a sound from the crows.

On the stone hearth, the water
was simmering.
You entered my bath-shed
fenced off with palm-leaf matting
and removed your clothes.
I saw bruises all over your body,
your testicles hugely swollen
like the summer's bitter cucumbers.
Shocked, I poured the hot water over you.

Your eyes filled with tears
as you took hold of my hands
which could not fend off
the blows you once rained on me.

The ethnic war continues,
crossing all boundaries.
On that day, though, it raged
like an unquenchable forest fire.

[2011]

Translated by Lakshmi Holmström

ஸர்மிளா ஸெய்யித்
மூன்று கனவுகள்

முதல் கனவு...

பசும் பச்சைக் கடல் சூழ் தீவு
தீவு முழுதும் கற்பக மரச்சோலை
மஞ்சள் மணல் திட்டுகள்
இளைப்பாறும் மீனவர்

இரண்டாம் கனவு...

மென் நீல வயல்
கதிர்களில் மாதுளைகள்
தூக்கணாங் குருவிக் கூடுகள்
நிழலில் கட்டுச்சாதம் அவிழ்க்கும் பெண்டிர்

மூன்றாம் கனவு...

செந்நிறக் கடல்
சுழியில் அகப்பட்டு மூழ்கும் சோலை
அலைகளில் கரைந்த மணல் திட்டுகள்
மீனவர் கழுத்தில் சுருக்கு

எரிந்த வயல்
கனிகளை விழுங்கும் கதிர்கள்
பிய்ந்து தொங்கும் வெறும் கூடுகள்
நிர்வாணமாய்ப் பெண் சடலங்கள்...

[2012 / சிறகு முளைத்த பெண்]

Sharmila Seyyid
THREE DREAMS

The first dream...

An island surrounded by a green, green sea.
Everywhere, trees yielding heavenly fruit.
Golden-yellow sand drifts.
Fishermen at rest.

The second dream...

Pale blue fields.
Pomegranates, lit up by the sun's rays,
Weaver birds' nests, hanging down,
Under the shade, women opening
their bundles of food.

The third dream...

A crimson sea.
Gardens caught up and drowning
in a vortex.
Sand drifts lost in the waves.
Fishermen's wrinkled necks.

Burnt out fields.
Sun's rays swallowing up the fruit.
Empty nests, broken, torn.
Women's corpses, naked.

[2012]

Translated by Lakshmi Holmström

ஸர்மிளா ஸெய்யித்
இல்லாத வீட்டின் சாவிகள்

அதோ அதுதான் என்னுடைய வீடு
அம்மா என்னைப் பெற்ற வீடு
அப்பா என்னைத் தோளில் சுமந்து
விளையாடிய வீடு

வீட்டை உடைத்திட்டார்
ஏனென்றும் தெரியவில்லை
ஆயினும்
பூட்டிய அந்த வீட்டின் சாவிகள்
இன்னும் எங்கள் கைகளில்தான் உளது

அந்த வீட்டினது முற்றத்தில்தான்
நான் அ, ஆ எழுதினேன் முதன்முறையாக...

அதோ, அதுதான் என்னுடைய வீடு
கிணற்றடிக்குப் பக்கத்தில் இருக்கிறதே
அந்த வேப்பமரம்
அதில்தான் ஊஞ்சலில் ஆடினேன்
அதோ ஊஞ்சல் கட்டியிருந்த
சிவப்புக் கயிற்றின் ஒரு துண்டு
மரத்தில் இருக்கிறது அப்படியே...

ஏனென்றும் தெரியவில்லை...
எனது வீட்டை உடைத்தவர்க்கு
என்ன தேவையோ அறியேன்...
வீட்டை உடைத்திட்டார்
ஆயினும்
பூட்டிய அந்த வீட்டின் சாவிகள்
இன்னும் எங்கள் கைகளில்தான் உளது

வீடு உடைக்கப்பட்ட பின்னர்
அப்பா அழுதுகொண்டேயிருந்தார்
பூட்டிய வீட்டின் சாவியைப்
பார்த்துக்கொண்டே...

சாகும்வரை அவருக்கிருந்த ஆசையெல்லாம்
அந்த வீட்டுச் சுவரில்

Sharmila Seyyid
KEYS TO AN EMPTY HOME

There. That was my home,
the house where my mother gave birth to me
where my father carried me on his shoulders
and played with me.

They broke up this house;
we don't know why.
Yet the keys to the house we locked up
are still with us.

It was in the courtyard of that house
I wrote out the alphabet
for the very first time.

There, that was my home.
That neem tree you see by the side of the well –
it was there I played on my swing.
Look, a scrap of the red rope
from which the swing was hung
is still suspended there.

I have no idea why they did it,
what use my house was to them
I don't know;
but they broke it down.
Yet the keys to our locked-up house
still stay in our hands.

After the house was broken down
my father wept constantly
gazing at the keys
to the locked-up house.

Until he died, all he yearned for
was to lean against the walls of his house

ஒரு நாள் ஒரு பொழுது
நிம்மதியாய்ச் சாய்ந்திருப்பதே...
சொந்த வீட்டில் அவருக்கிருந்த ஆசை
வெறும் சொப்பனம்தான்
இப்போது அப்பாவும் இல்லை
அப்பாவின் தோளில்
நான் தவழ்ந்த வீடும் இல்லை
ஆயினும்
பூட்டிய அந்த வீட்டின் சாவிகள்
இன்னும் எங்கள் கைகளில்தான்...

[2012 / சிறகு முளைத்த பெண்]

peacefully, for one last time.
His love for his own house
was an empty dream.
Now my father is gone
and so is the house where
I clung to my father's shoulder.
Yet, the keys to the locked-up house
are still in our hands.

[2012]

Translated by Lakshmi Holmström

லதா
இல்லாது போன நாள்

அன்று
வேம்பின் நிழலில்
சுதந்திரம் பாடலாம் என்று

மிதக்கும் தாமரையாய்
பிடியற்றுப் படர்ந்தாலும்
இளைப்பாற ஒருநாள் சொன்னாய்

எமக்கொரு நாடு
துணைக்கு உனை அழைப்பேன்
செம்மண் தரையில் ஒரு குடில்
அமைப்போம் என்றாய்

நீ சென்ற விமானம்
தரையிறங்கும் முன்னே
இறுதித் துண்டு நிலத்தையும்
எடுத்துக்கொண்டார்கள்

வாழ்ந்தனர் என்று சொல்லவும்
அடையாளம் இன்றி
அழித்தொழிக்கப்பட்டனர் நம் மக்கள்
எரிந்த வாழ்வின் எச்சங்களுமின்றி
குழிவிழுந்த பூமியின் வெற்று இருட்டில்
நம் கனவு

வானும் உறைந்திருக்கும் பனிக்காட்டில்
காலம் பெயர்ந்து வரும்
பறவைகளைப் பிடித்துண்ணும்
உனக்கெப்படிப் புரியப்போகிறது
அலைந்துழலும் காற்றின்
ஒலியற்ற பாடலும்
வெறுமையில் விடியும் நாளின் வாழ்வும்

[மணற்கேணி – இதழ் 21 / நவம்பர் 2013 – பெப்ரவரி 2014]

Latha
EMPTY DAY

Once, long ago, you said to me

There is a land that is ours.
Come with me there.
We'll sit on the red earth
under the spreading neem tree
and sing of freedom.

Yes, we might float about like lotuses
that have no hold under water;
even so, we'll build a hut,
where we can rest, you and I,
you said.

Before the plane in which you travelled
could touch down, even before that,
the last little fragment of land that was ours
was seized.

Our people were destroyed, leaving
no signs of having lived, once;
our dreams lie in the empty darkness
of the pitted earth, where no traces remain
of burnt-out lives.

In fields of snow, where even the sky is frozen,
you who trap and eat birds
that migrate across time,
how can you ever understand
the soundless songs
the whirling wandering wind sings?
How can you know
about all the days of all the lives
which dawn into emptiness?

[2013]

Translated by Lakshmi Holmström

சேரன்

படத்திலுள்ள சிறுவர்கள், பெண்கள், ஆண்கள்

படத்திலுள்ள சிறுவர்கள், பெண்கள், ஆண்கள்
யாரெனக் கண்டுபிடிப்பது எங்களுக்கு எளிது
ஒளியின் ரசாயனம்
அவர்களது குரலை எங்களுக்குத் தரவில்லை
பாதி உயிரில் துடிக்கும் உடலின் மணத்தை
அது பதிவு செய்யாது
சூழ நின்ற படையினரின் சப்பாத்துக்களை மீறி எழுந்த
ஒரே ஒரு அவலக் குரல்
ஆகாயத்தில் மிதந்த சாக்குருவியினுடையது

சிறுவர்கள், பெண்கள், ஆண்கள்
அனைவரது பெயர்கள் அறிவோம்
ஊரை அறிவோம்
கனவுகள் அறிவோம்; ஏமாற்றங்கள் அறிவோம்
நெருங்கிய உணர்வின் கையறுநிலை அறிவோம்
சினந்தெழுந்தவரின் இறுதிக் கண்வீச்சை அறிவோம்

மற்றவர் அறியா மொழி அது
எனினும்
இவை உங்களுக்கு உதவாது

நீங்கள் அடையாள அட்டையைக் கேட்கிறீர்கள்
பிறப்புச் சான்றிதழைக் கேட்கிறீர்கள்
எழுத்துமூலமான பதிவை வலியுறுத்துகிறீர்கள்

இனப்படுகொலைக்கோ உயிராதாரம் உண்டு
கண்ணீர் எரிந்து உணர்வெழுதும்
நுண் சாட்சியம் உண்டு
கதை கதையாய்க் கொலை கொலையாய்
உறங்காத மொழியிலும் உலராத வரலாற்றிலும் நினைவுகள் உண்டு
தரலாம்.

Cheran
PHOTOGRAPHS OF CHILDREN, WOMEN, MEN

It is easy enough for us to find out
who are in these photographs;
who these children, women and men are.
The attributes of light
cannot give us their voices;
they cannot record the smell
of bodies shuddering, half-alive.
The single anguished cry
rising above the noise of soldiers' boots
belongs to the bird of death
high above, in the sky.

We know all their names,
the names of these children, women, men.
We know their home towns,
their dreams, their disappointments.
We know the utter hopelessness of their last moments,
the last sweeping gaze of those
who rose up in fury.

It is all in a language unknown to others.
But none of this will be
of any use to you.

You demand identity cards,
you ask for birth certificates,
you insist on the record of the printed word.

But as for ethnic cleansing, there is living proof;
there is the subtle witness
written in the language of feelings
and burning tears.
There are memories of each story,
each murder,
a history still fresh,
a language ever awake.

These we could share.

பெறுவதற்கு யாருமில்லை
சிறுவர்கள், பெண்கள், ஆண்கள்
குருதி, மழை, சேறு.

[காலச்சுவடு இதழ் 174, ஜூன் 2014]

But there is no one to receive them;
children, women, men,
blood, rain, mire.

[2014]

Translated by Lakshmi Holmström

தமிழினி
ஒரு தேவதையின் கனவு

எண்ண இழைகளை
வானவில்லின்
நிறங்களில் தோய்த்து
கனவு நெய்கிறாள்.

சூரியனைப் பொடியாக்கி
தங்க ஜிகினாத்
துகள்களைக் குழைத்து
பட்டாடையிலே
பூக்களை
வரைகிறாள்.

விண்மீன்களைப்
பொறுக்கியெடுத்து
முந்தானையிலே
முத்துக் குஞ்சரமும்
அகலச் சரிகையும்
ஆசையுடனே
இழைக்கிறாள்.

முகில்களின்
முதுகுகளிலே
இந்தத் தேவதையின்
வஸ்திரமும் இணையாக
உலருவதை
மிதப்போடு ரசிக்கிறாள்.

மானத்தைப்
பொத்தியிருக்கும்
கிழிசல் தாவணியை
கலைத்து
நரத்தைப் புணருகின்றன
காமத்துப் பட்சணிகள்.

தனது நிர்வாணத்தையே
காணச் சகிக்காத
சமூகம்
தலையிலடித்துக்
கதறுகிறது.

Thamilini
A GODDESS DREAMS

She steeps the fine threads of her thoughts
in the colours of a rainbow
to weave dreams.

She powders sunbeams,
mixes the sparkling golden atoms,
and paints flowers
on silken robes.

She plucks the stars
to embroider, with desire,
wide borders of gold thread
and tassels of pearls
on the fall of her sari.

Euphoric, she delights
as her clothes are laid out to dry
on the backs of clouds.

Creatures of lust and power
rape human beings
casting aside the ragged cloths
covering their self-regard.

Society, unable to endure
its own nakedness
strikes its forehead and screams.

அவளோ
முடிவுறாத தனது
கனவுகளுக்கு
நிறம் தீட்டுவதற்காக
அடிவானத்திலிருக்கும்
வண்ணங்களை
எப்போதும் போலவே
சேகரித்துக் கொண்டிருக்கிறாள்.

[2015]

But she, as always,
continues to gather
the colours in the horizon
to paint her dreams.

[2015]

Translated by Lakshmi Holmström

ABOUT THE POETS

Aazhiyaal is the pen name of Mathubashini Ragupathy who was born in 1968 in Trincomalee, Sri Lanka. She holds a BA from Madurai Kamaraj University, an MA in English Literature from the University of New South Wales, and a Post-graduate Diploma in Information Technology, also from UNSW. She has published three poetry collections: *Uraththup Pesa* (2000), *Thuvitham* (2006) and *Karunaavu* (2013). Her poems have been included in various anthologies and translated into many languages. Since 1997 she has been living in Canberra, Australia, and works in the Australian Public Service as a Senior IT Contracts Analyst in Commercial Management.

P. Ahilan Packiyanathan Ahilan was born in 1970 in Jaffna, obtained a BA in Art History from the University of Jaffna and an MA in Art Criticism from Baroda University, India, and now works as a Senior Lecturer in Art History at the University of Jaffna. As well as writing about visual arts, poetry, theatre and heritage, he curates visual art exhibitions and convenes workshops and seminars on Art and Heritage. He has published two poetry collections, *Padhungukuzhi Naatkal* (Bunker Days, 2000) and *Saramakavikal* (Songs of Lament, 2011) and his poems have appeared in anthologies in Tamil and in English translation. He is co- and joint editor of *Reading Sri Lankan Society and Culture* (Vols I & II), *Venkat Saminathan: Vaathangalum Vivaathangalum* (Tamil).

Anar Anar Azeem was born in 1974 and has published four collections of poetry and a collection of Tamil folk songs from Eastern Sri Lanka. In addition, she has also been published in many poetry anthologies, both in Tamil and English. Her books have gained several awards including Sri Lanka's National Literature Award and the Canada Tamil Literary Garden Literary Award and she has been presented with an award for Excellence in the field of literature, launched by Vijay TV.

K. P. Aravindan is the pen-name of the Eelam poet Christopher Francis who was born in 1953 in Delft, one of the several islands off the coast of Jaffna, Sri Lanka. A pioneer of the Tamil freedom struggle, he was imprisoned a number of times in Sri Lanka before moving to Paris as a refugee in 1991. He was a short-story writer as well as a poet and he also worked as a journalist on European Tamil television. He published a number of poetry collections, *Ini Oru Vaikarai* (1991), *Mukam Kol* (1992) and *Kanavin Meethi* (1999) and also edited the web journals *Appaalthamil* and *Puthinappalakai*. He died in Paris after a five-year struggle with cancer, in March 2015.

AVVAI was born in 1965 in Colombo, Sri Lanka. She grew up in Jaffna and graduated with a science degree from the University of Jaffna. She completed her diploma in Education and became a teacher in Colombo. Avvai is a feminist and activist. As a theatre enthusiast, she has performed in plays and has directed a number of plays focusing on feminism. Avvai is also a trained Carnatic musician. Her first poetry collection *Ellai Kadatthal* (Crossing the Boundary) was published in 1994 and her second, *Ethai Ninainthaluvathum Saathiyamillai* (Impossible to Weep over Anything) followed in 2014. Her poems have been published in various journals, translated into English and anthologized. She presently lives in Toronto, Canada.

B. BALASOORIYAN was born in 1962, brought up in Alaveddy, Jaffna, and studied engineering at the University of Peradeniya, Sri Lanka. His studies having been curtailed by his arrest in 1983, he moved to the Netherlands in 1988 and studied at the Technical University in Delft, and has since lived in the Netherlands. He currently works as a structural designer. His first short story appeared in *Eezhanaadu* in Jaffna in 1977. He was one of the editors of the literary magazine *Puthusu*.

CHERAN Rudhramoorthy Cheran, one of the best-known Tamil poets alive today, was born near Jaffna, Sri Lanka, in 1960. A graduate in Biological Sciences from Jaffna University, he joined the staff of the *Saturday Review*, an English language weekly known for its stand on press freedom and fundamental rights and justice for minorities in 1984. As a poet and political journalist, he refused to align himself with any of the several Tamil militant groups active in Jaffna at that time and, as a result, was harassed both by the Sri Lankan army and later by the LTTE. He left for the Netherlands in 1987 where he completed a Masters degree in Development Studies and on his return to Colombo, he helped to start the Tamil newspaper *Sarinihar*. In 1993, he was advised to leave the country yet again, and he moved to Toronto, Canada, where he completed his Ph.D. He now teaches in the Department of Sociology at the University of Windsor, Ontario. Cheran's early poems (1975-2000) were collected in *Nii Ippozhudhu Irangum Aaru* (The River into Which You Now Descend, 2000), followed by *Miindum Kadalukku* (Once Again the Sea, 2004), *Kaadaatru* (Forest-Healing, 2011) and *In a Time of Burning* (Arc, 2013). In addition he has co-edited an anthology of Tamil political poetry *Maranatthul Vaazhvom* (We Will Live amidst Death, 1985), and has published a number of academic works.

DUSHYANTHAN is the pen-name of Anton Jude, born in 1964 in Ilavalai, Jaffna. He studied at St. Henry's College, Ilavalai and now lives in Germany. Two of his poems 'Avarkalukkuth theriyaathu' and 'Kaalai patriya kavithai' appeared in *Maranatthul Vaazhvom* (1985), three poems in *Amaithi kulaintha naatkal* (2003) and a number of his poems in the magazine *Puthusu*. A collection of his writings and poems entitled *Vilankukalum Manitharkalum* was published in 1990.

FAHEEMA JAHAN was born in Melsiripura in the Kurunegala district of Sri Lanka, in 1973, and is now a mathematics teacher. She started writing in the mid-1990s and she has three collections of poems to her credit: *Oru kadal neerootri* (2007), *Aparaathi* (2009) and *Aathith thuyar* (2010).

V. I. S. JAYAPALAN was born in 1944 in Delft, Sri Lanka, but now lives in Norway, having fled Sri Lanka in 1988 when the civil war started to escalate. A prolific writer of poetry, short fiction and novels, he started writing in the 1970s, his first work, *Suriyanodu Pesuthal* appearing in 1986. This was followed by several other volumes of poetry including *Eelathu Mannum Enkal Mukangalum* (1986), *Namakkendru Oru Pulveli* (1987), *Oru Akathiyin Paadal* (1991) and, most recently, *V. I. S. Jayapalan Kavithaigal – Perunthogai*. His poems have been translated into several languages including Sinhalese, English and German. Of late, he has become a film actor and took a major role in the Tamil film *Aadukalam*, winning an award at the 58th National Film Awards for his acting. An Economics graduate, he is a prominent sociological researcher, particularly into the caste structure prevailing among Tamils in Sri Lanka.

A. JESURASA was born in 1946 in Gurunagar, Jaffna, Sri Lanka. He is a poet as well as a short story writer. He was co-editor of an arts and literature quarterly, *Alai*, editor of a poetry magazine *Kavithai*, associate editor of an arts, literature and social Tamil weekly tabloid *Thisai* and, along with Professor M. A. Nuhman, co-edited a significant anthology of modern Tamil poetry from Sri Lanka, *Pathinoru Eelatthu kavingnargal* (1984 & 2003). He also co-edited an anthology of Tamil resistance poems called *Maranatthul vaazhvom* (1985). He has published six books, including a short story collection *Tholaivum Iruppum Enaya Kathaikalum* (1974 / 1989) for which he received the 1974 Sahitya Award, and a collection of poems *Ariyappadaathavarakal Ninaivaaka...!* (1984). His film, theatre and fine art reviews were published in a book entitled *Thoovaanam* (2001). He had also translated poems from other languages, through their English translations, into Tamil. His latest book *Thiraiyum Arangum: Kalaiveliyil Oru Payanam* (2013) is a collection of reviews on films (Sri Lankan, Indian and international) and theatre. He retired prematurely from the Postmaster Signallers Service.

KARUNAKARAN Sivarasa Karunakaran was born in 1963 in Iyakkachchi, Northern Province, Sri Lanka. He joined the Tamil liberation movement at the age of 19 and was part of the editorial team of the revolutionary journal *Pothumai*, published by the Eelam Revolutionary Organizations (EROS). Between 1991-2004, he was the editor of the literary magazine *Velichcam* published by the LTTE in the Vanni region of Sri Lanka. Karunakaran survived the last stages of the war, and now lives and works as a journalist in Jaffna.

KUTTI REVATHI was born in 1974 and is an Indian lyricist, poet, activist and a doctor. Following school, she studied Siddha medicine and was awarded a bachelor's degree in Siddha medicine and surgery, one of the oldest medical systems in the world that derived from her native Tamil Nadu. She started writing poetry while pursuing her doctoral research in medical anthropology at the Madras Institute of Development Studies in Chennai and has now published three books of poetry. She is also the editor of *Panikkudam*, a literary quarterly for women's writing and also the first Tamil feminist magazine. Revathi received the Sigaram 15: Faces of Future Award for literature from *India Today* and was awarded a travel grant in 2005 by the Sahitya Akademi to meet leading litterateurs from India.

LATHA Kanagalatha K. is a Tamil poet and short story writer born in Sri Lanka in 1968, but now residing in Singapore. Her collection of short stories *Naan Kolai Seyyum Penkal* (The Women I Murder) won the biennial Singapore Literature Prize in 2008. She is currently news editor of the Singapore Tamil daily *Tamil Murasu*. She has published two collections of poetry in Tamil: *Theeveli* (Firespace) in 2003 and *Paampuk Kaattil Oru Thaazhai* (A Screwpine in the Forest of Snakes) in 2004. A selection of her poems appeared in English translation in *Waking is Another Dream* (Navayana, 2010), an anthology of poetry on the genocide in Eelam. A collection of her short stories has recently been translated into English under the title *The Goddess in the Living Room* (2014).

MALATHI MAITHRI, writer, feminist and activist, was born in Pondicherry State in South India in 1968. Her very first short story, *Prayanam*, was published in 1988 in the leading literary magazine *Kanaiyazhi* and this was followed by the publication of four books of poetry, all from Kalachuvadu Publications – *Sankaraaparani* (2002), *Neerintri Amaiyaathu Ulagu* (2003, 2005 & 2012), *Niili* (2005 & 2007) and *Enathu mathukkuduvai* (2011) – and a collection of essays. She has co-edited *Paraththal Adhan Sudhandiram* (Flying is its Freedom), an anthology of literary works, and *Anangu* (Woman), a collection of essays. In 2008, she was selected by the Tamil poet Kutti Revathi for the special edition of PIW India, 'Poets on Poets'.

M. A. NUHMAN Born in 1944, Dr. Nuhman is a retired Professor of Tamil, University of Peradeniya, Sri Lanka. A well-known scholar, poet, literary critic, linguist and creative translator in Tamil, he taught linguistics, Tamil language and literature at several universities in Sri Lanka and abroad. As an author, editor and translator he has published 35 books in Tamil and English, including three collections of his own poems and four collections of poems in translation, apart from a large number of articles and poems published in various journals and magazines. His non-poetry books include *Marx-*

ism and Literary Criticism (1985, 2014), *Communication, Language and Modernization* (1993), *Language and Literature* (2006) *A Contrastive Grammar of Tamil and Sinhala Noun Phrase* (2000), *A Lankan Mosaic: Translation of Sinhala and Tamil Short Stories* (Co Ed. 2002) and *Sri Lankan Muslims: Ethnic Identity within Cultural Diversity* (2007).

RASHMY Ahmed Mohamed Rashmy was born in 1974 in-Akkaraipattu, Eastern province, Sri Lanka. He has published four collections of poetry: *Kaavu kollappadda vaazhvu* (2002), *Aayiram kiraamangkalaith thinra aadu* (2005), *Eethane paampukal* (2005), and *'E 'thanathu peyarai maranthuponathu* (2011). He has BA and MA degrees in Fine Arts (Painting and Drawing) from the University of Northampton, UK and lives and works in London.

RAVIKUMAR was born in 1961 and is a Tamil critic, translator and poet who has founded several 'little magazines'. His non-fiction has been published in translation as *Venomous Touch: Notes on Caste, Culture and Politics* (2009). A former legislator in the Tamil Nadu assembly with the Viduthalai Chiruthaigal Katchi, he co-founded, with S. Anand, the independent, anti-caste publishing house Navayana in 2003.

M. RISHAN SHAREEF was born in 1979 in the town of Mawanella, Sri Lanka. He is a journalist, writer, poet and translator, and also works in the media in Sri Lanka. Initially a student of Earth Resource Engineering and Journalism, he published his first poetry collection, *Veezhdhalin Nizhal*, in 2010 (2nd edition, 2013).). In 2011, *Ammavin Rakasiyam*, his translation of the Swarna Pusthaka Award winning writer Sunethra Rajakarunanayake's Sinhala novel *Gedara Budhunge Rahasa*, won the annual Sri Lankan Government Sahitya Award for best translated novel. In 2013, he brought out a collection of translated poems entitled *Thalaippatra Thainilam* and the following year, his book about the violence against minorities in Sri Lanka, *Black June 2014*, was published.

A. SANKARI, the pen name of Sitralega Maunaguru, is a feminist, critic and scholar born in 1948. Until 2013 Professor of Tamil at the Eastern University, Sri Lanka, she compiled and edited the first collection of women's poetry in Tamil, *Sol-*

laatha Sethigal (Untold Tales) published in 1986. To date she has edited four collections of women's poetry in Tamil, her anthologies of poetry by Sri Lankan women being regarded as ground-breaking.

SHARMILA SEYYID, born in 1982, is a Sri Lankan journalist, poet, writer and activist from Eravur in the Eastern Province. She studied Journalism, Psychology and Educational Management and in 2006 she started working as a women activist for the Batticaloa District, becoming the founder president of the Organization for Social Development, a community-based organisation in Eravur. Since the war, she has worked closely with the minority women in the East. Seyyid has published two poetry collections, *Siragu Mulaittha Pen* and *Ovva* and has also written a novel, *Ummath*. She is the recipient of a number of literary awards including the Tamiliyal Award for her first poetry collection, the Tamil Nadu Progressive Writers and Artists Association's Master Gorkki Memorial Award for poetry in 2012 and in 2014, and the best novel of the year award presented by the Tamil Nadu Progressive Writers and Artists Association.

S. SIVARAMANI was born in 1968 and became well known as a student at the University of Jaffna for her political and feminist poems. She committed suicide in 1991, and what was left of her work was collected and published under the title *Sivaramani Kavithaikal* by the Women's Study Circle, Jaffna, in 1993, with an introduction by Sitralega Maunaguru.

S. SIVASEGARAM Sivanandam Sivasegaram, a native of Trincomalee, Sri Lanka, was born in Inuvil in 1942. He qualified in Mechanical Engineering in 1964 and has since taught at the University of Peradeniya and Imperial College London, retiring as Senior Professor at Peradeniya in 2008. Besides his interest in modern Tamil literature and translation, he has been a long standing political commentator and columnist. Non-technical publications as books include nine volumes of poetry in Tamil and one in English, a collection of short stories, four plays and two volumes of literary criticism, as well as several titles in social sciences.

SOLAIKKILI is the pen name of Uthumalebbe Mohammed

Atheek, who was born in 1957 in Kalmunai in the Eastern Province. He started to write in the 1980s, and became the editor of the magazine *Iruppu* and one of the editors of the magazine *Viyookam*. He has published ten collections of poetry, among which *Kaakam kalaittha Kanavu* (1991), *Paampu narambu manithan* (1995) and *Paniyil mozhi ezhuthi* (1996) have won awards. A collection of his column writings, *Ponnaale puzhuthi parantha poomi*, appeared in 2011, and his most recent collections, *Avanam* and *Pakal thandavaalatthil rayil* were both published in 2012.

SUKIRTHARANI was born in 1973 in Lalapet, a village in Vellore district, Tamil Nadu, where she still lives and teaches. Brought up as a Christian in a poor Dalit family, she became interested in Tamil literature in her final years at school, and started to write seriously after she had completed a teacher training course. A highly-regarded feminist poet, she has, to date, published five collections of poetry: *Kaippatri en Kanavu kel* (Hold Me and Hear My Dreams, 2002), *Iravu Mirugam* (Night Beast, 2004), *Avalai Mozhipeyartthal* (Translating Her, 2006), *Tiindapadaada Muttham* (Untouchable Kiss, 2010), and *Kamaththippoo* (Love's Flower, 2012).

THAMILINI, the pen name of Sivakamy Jeyakumaran, was born in Paranthan, Kilinochchi in Northern Sri Lanka in 1972. She joined the LTTE in 1991 and became the head of its political unit. Her short stories and poems were published in *Suthanthirap paravaikal* (Birds of Freedom). After the war ended in May 2009, she was imprisoned for four years and was finally released in 2013. She continued to write poems and short stories in Tamil. She died on 18 October 2015, having suffered from cancer for some time.

THEEPACHELVAN is the pen name of Balachandran Pratheepan. Born in Ratnapuram, Kilinochchi in 1983, Theepachelvan is a writer, poet and freelance journalist. Many of his poems document the anguish of the Sri Lankan people in the aftermath of war. He received the Best Media Personality award from the Sri Lankan Literary Organisation and, in 2013, the Best Poetry Award from *Kanaiyazhi*. Theepachelvan currently lives and works in the Kilinochchi District, Northern Province of Sri Lanka. He has five collections of poems to his credit, namely

Pathunkukuzhiyil pirantha kuzhanthai (2008), *Aadkalatra nakaratthai thinra mirukam* (2009), *Paazh nakaratthin pozhuthu* (2010), *Eelam makkalin kanavu* (2011) and *Perunilam* (2011).

THEVA ABIRA is the pen name of Puvanendran Thedchanamoorthy who was born in 1969 in Inuvil, Jaffna, Sri Lanka. He currently lives and works in the Netherlands as a diagnostic radiographer. Between 1988 and 1993 he was involved in Modern Tamil Theatre Activities in Jaffna. Since 2008, he has been contributing to the Global Tamil News Blog, writing poems and columns. A collection of his poems, *Irul thintra Eelam* was published by Kalachuvadu Publications in 2012.

THIRUMAVALAVAN Kanagasingam Karunakaran was born in 1955 in Varutthalaivilaan in the Northern Province of Sri Lanka and emigrated to Canada in 1990. Thirumavalavan was the co-editor of the *Zhagaram* magazine, published in Canada (1996-97), and co-author of the anthology *Yutthathai thinpom* (1999). His poetry collections include *Pani Vayal Uzhavu* (2000), *Athe Iravu, Athe Pakal* (2002), *Irul Yaazhi* (2009) and *Muthuvenil Pathikam* (2013). He received the poetry award from the Tamil Literary Garden (Canada) for his collection *Irul Yaazhi* in 2010. Having suffered from cancer, he passed away on 5 October 2015, but in his final days in hospital, was able to receive a copy of his collected poems, *Siru pul manam*, from his publisher Kalachuvadu Publications.

URVASI is the pen name of Juvaneswary Tharmaratnam, who was born in Karukampanai, Jaffna in 1956. She holds a degree in science and mathematics from the University of Jaffna and is currently Adult Education Lecturer and Vice President (Academic and Quality Assurance) at the National College of Education, Batticaloa. She came into prominence with other women poets of Sri Lanka in the 1980s, and her poetry was featured in *Sollaatha Sethigal, Lutesong and Lament* and other anthologies. A collection of her poems, *Innum Varaatha Sethi*, was published by Kalachuvadu Publication in 2014.

VANATHI, CAPTAIN is the pen-name of Pathmasothi Shanmuganathapillai. She was born in Nainativu, one of the islands off the Jaffna peninsula in 1964 and was educated at Ramanathan College before joining the Liberation struggle. She was killed in action at Elephant Pass in 1991, having published one poetry collection, *Vaanathiyin Kavithaikal*.

S. VILVARATNAM was born in 1950 in Pungudutivu in the Northern Province of Sri Lanka. He began writing in the 1970s, and came to prominence in the 1980s. His collections of poetry include *Akangalum mukangalum* (1985), *Kaattruveli graamam* (1995) and *Nettriman* (2000) and a volume of his collected works, *Uyirtthezhum kaalatthirkkaaga* was published in 2001. He died in 2006.

ABOUT THE EDITORS / TRANSLATORS

LAKSHMI HOLMSTRÖM is an Indian-born British writer, literary critic and translator of Tamil fiction and poetry into English. Her recent books are *Fish in a Dwindling Lake*, a translation of short stories by Ambai (Penguin India, 2012); *A Second Sunrise: Poems by Cheran*, translated and edited by Lakshmi Holmström & Sascha Ebeling (Navayana, 2012); *The Rapids of a Great River: The Penguin Book of Tamil Poetry* (Penguin India, 2009), of which she is a co-editor; *The Hour Past Midnight* (Zubaan, 2009), a translation of a novel by Salma; *In a Time of Burning*, a translation of selected poems by Cheran (Arc, 2013); and, most recently, her translations of poetry by Tamil women, *Wild Girls, Wicked Words* (2014).

In 2000 she received the Crossword Book Award for her translation of *Karukku* by Bama (OUP, 2012); in 2007 she shared the Crossword-Hutch Award for her translation of Ambai's short stories, *In a Forest, a Deer* (OUP, 2006); in 2008, she received the Iyal Award from the Tamil Literary Garden, Canada; and in the 2011 New Years Honours, she was appointed MBE for services to literature. In 2015, she received the Raymond Crossword prize for her translation of the novel *Children, Women, Men*, by Sundara Ramaswamy.

She is one of the founding trustees of SALIDAA, (South Asian Diaspora Literature and Arts Archive), now renamed SADAA (South Asian Diaspora Arts Archive), an organization for archiving the work of British writers and artists of South Asian origin.

SASCHA EBELING is an Associate Professor in the Departments of South Asian Languages and Civilizations and Comparative Literature at the University of Chicago. He was trained in South Asian Studies, Romance Languages and Literatures, and General Linguistics, at the University of Cologne, Germany, and the School of Oriental and African Studies (SOAS), London. Before joining the staff of the University of Chicago in 2005, he taught Tamil literature and South Asian Studies at the University of Cologne and also worked for the Göttingen Academy of Sciences as a Tamil manuscriptologist in the project 'Union Catalogue of Oriental Manuscripts in German Collections'.

His book *Colonizing the Realm of Words: The Transformation of Tamil Literature in Nineteenth-Century South India* was published by SUNY Press in 2010 and he has published translations from Tamil, Old Javanese, Czech, Catalan and Romansh (Raeto-Romance) into English and German.

He is the recipient of the 2007 Research Award of the German Oriental Society for his work on nineteenth-century Tamil literature, and of the 2008 Whiting Award for Excellence in Undergraduate Core Teaching at the University of Chicago. In July 2010, he was honoured with the award for Outstanding Achievement in Tamil Studies by the Tamil Literary Garden, Toronto.

ACKNOWLEDGEMENTS

The publishers would like to express their deep gratitude to Mr. R. Pathmanaba Iyer for his invaluable help in preparing the Tamil text for this volume, for his painstaking proofreading of the same, and for his help with locating and contacting the anthologised poets world-wide. Thanks also are due to Mr. M. Nithiyanandan, who has shared his knowledge of Sri Lankan poetry so generously, and to Kannan Sundaram of Kalachuvadu Publications and editor of the journal *Kalachuvadu*, for providing publication details we needed. Many of our poets were first published by him. Sascha Ebeling would like to thank the poets of this anthology for discussing their work with him. He also expresses his gratitude for the help, advice and encouragement received from Cheran, Ambai, Appadurai Muttulingam, Luxmy Sivasamboo, Tharmarajah Suppiah and the late Chelva Kanaganayakam.

The poems in this anthology have been selected from single author collections, anthologies and magazines published in Tamil over the past four decades. The following list gives sources:

Aazhiyaal's 'Unheeded sights' from *Urattup pesa* (2000); 'Mannamperis' from *Uyirnizhal* (Issue 12, Mar-Apr 2000); 'Identity' from *Thuvitham* (2006);

P. Ahilan's 'Days in the Bunker – III' from *Padhungukuzhi Naatkal* (Bunker Days, 2000); 'A Poem about Your Village and My Village' from *Padhungukuzhi Naatkal* (2000); '2005' from *Saramakavikal* (Songs of Lament, 2011); and 'Corpse No. 182' and 'Corpse No. 183, Newborn No. 02' from *Manarkeni* (Issue 4, Jan-Feb 2011), both also included in *Saramakavikal*;

Anar's 'More Notes on Blood' from *Enakkuk kavithai mukam* (2007);

K. P. Aravindan's 'Look at the Sky' is dated 21 June 1990 and printed in *Ini oru vaikarai* (1991);

Avvai's 'The Return' from *Ellai kadattal*; 'The Homecoming' from *Kalachuvadu* (Issue 47, May-Jun 2003);

Balasooriyan's 'When our peace is shattered' from *Amaidi kulainda naatkal* (2000) although originally published in *Puthusu* (Issue 3, 1981);

Cheran's 'I could forget all this' from *Yaman* (1984); 'Epitaph' from *Nii Ippozhudhu Irangum Aaru* (The River into Which You Now Descend, 2000); 'Forest Healing' from *Kaadaatru* (Forest-Healing, 2011); 'Photographs of children, women, men' from *Kalachuvadu* (Issue 174, June 2014);

Dushyanthan's 'They do not know', written in 1984, from *Maranatthul Vaazhvom* (We Will Live amidst Death, ed. by Cheran et al., 1985);
Faheema Jahan's 'The Sea's Waters' from *Aathith thuyar* (2010);
V. I. S. Jayapalan's 'Goodbye Mother' was first printed in *Verena Nii Irunthaai*: Memorial Souvenir of the poet's mother Rasama Shanmugampillai (8 Dec 2006) and later included in *Thotrupponavargalin paadal* (2009);
A. Jesurasa's 'Under New Shoes' written in 1979, but appeared in 1980 / *Alai* 13; 'Your Fate Too', written in 1979, but appeared in 1980 / *Alai* 14; 'The Time Remaining' from *Manarkeni* (Issue 2, Sep-Oct 2010);
Karunakaran's 'Along that very road' (2009) – as yet unpublished, but to be included in his collection to be published shortly;
Kutti Revathi's 'Suicide Soldier' from *Yaanum itta thii* (2011);
Latha's 'Empty Day' from *Manarkeni* (Issue 21, Nov 2013-Feb 2014);
Malathi Maithri's 'Lost Tiger' from *Enathu mathukkuduvai* (2011); 'Incessant War' from *Enathu mathukkuduvai* (2011);
M. A. Nuhman's 'Last evening, this morning' from *Alai* 10 (1977); 'Buddha murdered' from *Alai* 18 (1981), later included in his collection *Mazhai naatkal varum* (1983);
Rashmy's 'The Inscription of Defeat' from *'E' thanathu peyarai maranthuponathu* (Kalachuvadu Publications, Nov 2011);
Ravikumar's 'There was a time like that' from *Engaludaiya kaalatthilthaan oozhi nikazhnthathu* (Manarkeni, 2010);
M. Rishan Shareef' 'Eelam' from *Veezhthalin nizhal* (Kalachuvadu Publications, Jul 2010), originally published in *Unnatham* (Dec 2009);
A. Sankari's 'Living and Dying' from *Sollaatha Sethigal* (1986);
Sharmila Seyyid's 'Three Dreams' and 'Keys to an Empty Home' from *Siragu mulaittha pen* (2012);
S. Sivaramani's 'Oppressed by Nights of War' from *Panimalar* (No. 5, Jan 1992);
S. Sivasegaram's 'From a Tourist Brochure' from *Suvadukal* (No. 68, June 1995), reprinted in *Vadali* (1999);
Solaikkili's 'The Lizard's Lament' from *Paampu narambu manithan* (1995);
Sukirtharani's 'Nothing Left' from *Mai* (2007), also in *Tiindapadaata muttam*, ed. Kalachuvadu (2010);
Thamilini's 'A Goddess Dreams' from her Facebook posting

in 2015;
Theepachelvan's 'Words shattered by Sand' from *Paazh nagarattin pozhudu* (2010);
Theva Abira's 'Towards Darkness' from *Irul thintra Eelam* (Kalachuvadu Publications, Dec 2012);
Thirumavalavan's 'Mullaitivu' from *Panivayal Uzhavu* (2000);
Urvasi's 'Do you understand' from *Sakthi* (Issue 1, 1985);
Captain Vanathi's 'My Unwritten Poem' from *Captain Vanathi Kavithaikal*;
S. Vilvaratnam's 'The Moon's Echo' from *Yuham Maarum* (Tamil Welfare Association, Newham, June 1999) and 'Safeguarding the Dream' from *Uyirtthezhum kaalatthirkkaaga* (Vidiyal, 2001).

ARC PUBLICATIONS
publishes translated poetry in bilingual editions
in the following series:

ARC TRANSLATIONS
Series Editor Jean Boase-Beier

'VISIBLE POETS'
Series Editor Jean Boase-Beier

ARC CLASSICS:
NEW TRANSLATIONS OF GREAT POETS OF THE PAST
Series Editor Jean Boase-Beier

ARC ANTHOLOGIES IN TRANSLATION
Series Editor Jean Boase-Beier

'NEW VOICES FROM EUROPE & BEYOND'
(anthologies)
Series Editor Alexandra Büchler

details of which can be found on the
Arc Publications website at
www.arcpublications.co.uk